कन्यादान

विजय तेंडुलकर

विजय तेंडुलकर यांची नाटके

नाटक

अशी पाखरे येती
एक हट्टी मुलगी
कमला
कन्यादान
कावळ्यांची शाळा✳
कुत्रे
गिधाडे
गृहस्थ✳
घरटे अमुचे छान
घाशीराम कोतवाल
चिमणीचं घरं होतं मेणाचं
चिरंजीव सौभाग्यकांक्षिणी
झाला अनंत हनुमंत
त्याची पाचवी✳✳✳
दंबद्वीपचा मुकाबला
नियतीच्या बैलाला✳✳
पाहिजे जातीचे
फूटपायरीचा सम्राट
बेबी
भल्याकाका
भाऊ मुराराव
मधल्या भिंती
माणूस नावाचे बेट
मित्राची गोष्ट
मी जिंकलो! मी हरलो!
विठ्ठला
शांतता! कोर्ट चालू आहे
श्रीमंत
सखाराम बाइंडर

सफर✳✳
सरी ग सरी

एकांकिका

समग्र एकांकिका : भाग १
समग्र एकांकिका : भाग २
समग्र एकांकिका : भाग ३

बालवाङ्मय

इथे बाळं मिळतात
चांभारचौकशीचे नाटक
चिमणा बांधतो बंगला
पाटलाच्या पोरीचं लगीन
बाबा हरवले आहेत
बॉबीची गोष्ट
राजाराणीला घाम हवा

अनुवादित

आधे अधुरे
        (मूळ लेखक : मोहन राकेश)
तुघलक
        (मूळ लेखक : गिरीश कार्नाड)
मी कुमार
        (मूळ लेखक : मधु राय)
लिंकन यांचे अखेरचे दिवस
        (मूळ लेखक : मार्क फॉन डॉरन)
लोभ नसावा ही विनंती
        (मूळ लेखक : जॉन पॅट्रिक)
वासनाचक्र
        (मूळ लेखक : टेनेसी विल्यम्स)

✳ 'गृहस्थ'चे पुनर्लेखन : 'कावळ्यांची शाळा'
✳✳ ध्वनिफितीच्या रूपानेही प्रकाशित
✳✳✳ मूळ इंग्रजी : His Fifth Woman (अनु. चंद्रशेखर फणसळकर)

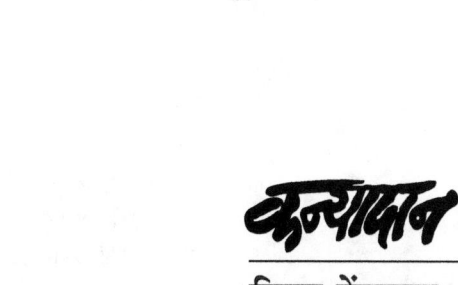

कन्यादान

विजय तेंडुलकर

पॉप्युलर प्रकाशन, मुंबई

विजय तेंडुलकर

कन्यादान
(म - ८३२)
पॉप्युलर प्रकाशन
ISBN 978-81-7185-670-1

© २०१८, तनुजा मोहिते

पहिली आवृत्ती : १९८३ / १९०५
नीलकंठ प्रकाशन, पुणे
तिसरी आवृत्ती : १९९५ / १९१६
तिसरे पुनर्मुद्रण : २०२१ / १९४३

प्रकाशक
अस्मिता मोहिते
पॉप्युलर प्रकाशन प्रा. लि.
३०१, महालक्ष्मी चेंबर्स
२२, भुलाभाई देसाई रोड
मुंबई ४०००२६

अक्षरजुळणी
संगम एन्टरप्राइझेस, मालाड (प.)
मुंबई ४०० ०६४

KANYADAN
(Marathi : Play)
Vijay Tendulkar

वि. वा. शिरवाडकर
यांना

कन्यादान

विजय तेंडुलकर

'सरस्वती सम्मान' स्वीकारताना—

साहित्याच्या वाटेला जाण्याच्या पुष्कळ आधी, म्हणजे अगदी शब्द फुटण्याच्याही आधी, एक तंत्र लक्षात आले होते.

मोठ्यांदा रडले की जे हवे ते मिळते.

आवाज मोठ्ठा हवा. किंवा जास्त खरे म्हणजे नरडे मोठे हवे.

झक् मारीत माणसे आपली दखल घेतात.

नंतर लौकरच आणखी लक्षात आले.

गोंगाट, आरडाओरडा केला पाहिजे असे नाही. इतरांच्या मनासारखे वागले की बक्षीस मिळते. म्हणजे दर वेळी मिळेलच असे.नाही, पण बहुदा मिळते.

क्वचित या तंत्रातील हुशारी ओळखणारे कुणीतरी भेटे. मग लाभ घडत नसे. पण नुकसान तर नसे. 'लबाड नाटक करतोय' असे कौतुक घडे. 'बघा, कुणाला कसे खूश करावे ते एव्हांपासूनच याला माहीत' असे सर्टिफिकेट मिळे.

या शब्दांत हे असे मनात येण्याचे ते वय अर्थातच नव्हते. शब्द येण्याच्या किती तरी आधी माणसाला हुशारी आलेली असते.

पुढे या उपजत हुशारीत भर पडत गेली. उदाहरणार्थ, थोडासा अभ्यास केला की परीक्षेत पास होता येते. परीक्षेत पास होत गेले की मोठी माणसे विशेष त्रास देत नाहीत. फार तर 'त्या अमूक तमूकाच्या मुलासारखा नंबर काढत नाही' म्हणून अधून मधून कुरकुरतात, आपण ते मनाला लावून घेतले नाही म्हणजे झाले.

कधी तरी कळले की, आपण अभ्यास करण्याची गरज नसते. अभ्यास न करता पास होण्याचेही मार्ग आहेत. असे पास होणारेही आहेत. पण हे कळेपर्यंत शिक्षणच संपले होते. बेचाळीसच्या स्वातंत्र्य-लढ्याने अनेक बऱ्यावाईट गोष्टी केल्या त्यांत माझे शिक्षण

संपवले.

शिक्षण संपवले म्हणजे शालेय शिक्षण संपवले. जगण्याचे शिक्षण सुरूच राहिले. खरे म्हणजे यानंतर ते जोराने सुरू झाले.

सत्तेचाळीस साली देशाला स्वातंत्र्य मिळाले आणि परिस्थितीत झपाट्याने पालट घडला. एकामागून एक बदल घडत गेले. बघता बघता या बदलांना चक्रावून टाकणारा वेग आला. पायाखालची वाळू वेगाने सरकत गेली. आहे आणि असणारच असे मानलेले पुष्कळ काही वाळूच्या किल्ल्यांसारखे भसाभस खाली बसले. ही पडझड केवळ देशातच नव्हे तर जगात घडली.

माणसे जाऊन सावल्या मागे उराव्यात तशी मूल्ये जाऊन आमच्यावरचे त्यांचे संस्कार एका अर्थहीनपणे मागे उरले. त्यांचा आधार होण्याऐवजी पदोपदी अडचण होऊ लागली. त्यांचे काय करावे हे कळेनासे झाले. मग आम्ही संस्कार आणि आचरण यांची फारकत केली. संस्कार बोलण्यापुरते ठेवले आणि आचरण परिस्थितीतल्या बदलांशी जुळवून घेत सुटलो. हे तसे सहज जमले नाही. तिरपीट उडाली. समर्थने शोधता शोधता ओढाताण झाली. जगण्याचा सुटू बघणारा तोल सावरताना पुष्कळ कसरत घडली.

पण आम्ही मूळचेच हुशार असावेत. हे सगळे करून आम्ही टिकलो. आमच्यातले अनेक तर जगण्याच्या या कसरतीत मोठे झाले. त्यांनी नावे केली. आणखीही पुष्कळ केले.

देशातल्या या पिढ्यांचा मी एक प्रतिनिधी. हे सर्व पहात वाढलो. हेच जगलो.

पण देशात या कालखंडात केवळ आम्हीच झालो असे नाही. आणखी पुष्कळ झाले, ते महत्त्वाचे होते.

साम्राज्ये बघता बघता गाडली गेली, राजवटी हवेत उडाल्या, राजे भिकारी झाले, विचारसरणी निकालात निघाल्या, तयार उत्तरे हरवली आणि प्रश्नांचा गुंता झाला. तंत्रविज्ञानाच्या लाटा आमच्यावर एकामागून एक कोसळू लागल्या. एक ना अनेक उत्पात घडले.

हे सर्व घडत होते आणि आम्ही चाप्लिनच्या सिनेमातल्या ढिली तुमानवाल्यासारखे यातून सावरण्यासाठी, शिल्लक राहण्यासाठी, वर शहाणे आणि सुजाण दिसण्यासाठी कसरतींची कमाल करीत होतो. पायाखालची जमीन सरकत होती आणि आम्ही दाखवत होतो की आम्हीच निघालो आहोत. कुठे? ते आम्हालाच माहीत नव्हते. कारण आम्ही निघालोच नव्हतो. केवळ असण्याची आमची पराकाष्ठा चालली होती. जमीन वेगाने

सरकत होती.

अजून ती सरकतेच आहे. पायाखालची वाळू निसटतेच आहे. आणि हात टेकण्यासारखे आधार दिसेनासे झाले आहेत.

चाप्लिनचे ठीक होते. चित्रपटाच्या दृश्याचे चित्रीकरण संपले की एक स्थिरस्थावर, निवांत, प्रश्नांची उत्तरे असलेले जग त्याला भेटत होते. त्याच्या चित्रपटातली लुटूपुटूची जीवघेणी आणि संभ्रांत अहर्निश धावपळ आमचे खरोखरीचे जगणे झाली. आणि ती करून दमछाक होऊ लागली, उरी फुटण्याची वेळ आली. न घसरता, न कोसळता दिशाहीन धावण्याच्या या धडपडीत कुणास ठाऊक काय काय तुडवले जात होते. डोक्यावर घेण्यासारखे किंवा उराशी धरण्यासारखेही काही त्यात असू शकत होते. नव्हे, होतेच. पण थांबून खाली पाहण्याला उसंत कुठे होती ? आम्ही धावत होतो. कुठेही न पोचण्याची जीवघेणी शर्यत लागली होती.

ही शर्यत आज आणखीच जीवघेणी झाली आहे.

ज्यांचा सन्मान आपण करताहात तो या शर्यतबाज आणि कसरतवाल्या पिढ्यांचा एक प्रतिनिधी आहे.

ज्या साहित्य-कृतीचे निमित्त आपण या सन्मानासाठी केले आहे, ती साहित्य-कृती या पिढ्यांचा आणि त्यांच्या कालखंडाचा संदर्भ असलेली कहाणी आहे. ती पराक्रमाची विजयगाथा नाही. ती पराभवाची आणि वैचारिक गोंधळाची कबुली आहे. एका वेड्या आणि दारुण पराभवाचे खोलवर गेलेले शल्य आणि त्याबद्दलची वेदना ती बोलते.

पराभवाचा सन्मान ? वैचारिक गोंधळाचा सन्मान ? खुळ्या स्वप्नरंजनाचा आणि त्याबद्दलच्या भ्रमनिरासाचा सन्मान? उरीपोटी दिग्भ्रांत धावणारांचा आणि थांबणे शक्य नसणारांचा सन्मान ?

सन्मान पराक्रमाचा होतो. जयाचा होतो. यशाचा होतो. जिंकण्यासाठीच जे शहाणपणाने शर्यतीत उतरतात आणि जिंकतात त्यांच्या महत्त्वाकांक्षेचा आणि हुशारीचा होतो. त्यांच्या स्फूर्तिदायक कहाण्यांना दाद देण्याची रीत.

म्हणूनच या सन्मानाने मी गोंधळलो आहे.

सन्मान घडण्यासारखे मी नक्की काय केले आहे किंवा माझ्या हातून घडले आहे ते शोधतो आहे.

एवढे खरे की मी जे जगलो आणि माझ्याभोवती इतरांना जगताना पाहिले, त्यांच्याशी

लिहिताना प्रामाणिक राहिलो. मी माझ्या काळाशी बेइमानी केली नाही.

नाटकासारखे प्रेक्षकसापेक्ष, रंजनप्रधान आणि बाळबोध माध्यम हाताशी असूनही माझ्या काळातल्या जगण्यातले पेच, गोंधळ आणि गुंतागुंत प्रेक्षकांसाठी सरळ सोपी आणि खोटी करून मी मांडली नाही.

मी जे लिहिले ते काही वेळा माझ्या समाजाला धक्कादायक आणि प्रक्षोभक देखील वाटले आणि त्याचे प्रायश्चित्त मला त्यांनी वेळोवेळी दिले. ते मी घेतले आणि लिहिल्या कृतीचा पश्चात्ताप कधी केला नाही.

परंतू विचार करतो तेव्हा असे लक्षात येते की, यात माझे शौर्य नव्हते, धैर्य नव्हते, मलाही संगती न लागणारा एक हट्टीपणा होता. कुणी नको म्हटले की तेच करण्याचा माझा जुना स्वभाव आहे.

आणि मी जे आणि जसे लिहिले त्यावेगळे काही मला लिहिताच आले नसते कारण मला तेच आणि तसेच दिसत होते आणि न दिसणारे आणि न पटणारे लिहिण्याचा हुन्नरीपणा लेखक म्हणून माझ्याकडे नव्हताच.

मी लिहिले, सातत्याने लिहीत राहिलो हेही कर्तृत्व नव्हे. कळू लागले तेव्हापासून काहीतरी लिहीत बसण्याची माझी सवय आहे आणि लिहिण्याव्यतिरिक्त दुसरे काही मला जमले नसते. जमले असते तर मी लिहिण्याऐवजी चित्रे काढली असती, गायलो असतो किंवा एखादे वाद्य वाजवले असते. किंवा चार्टर्ड अकौंटंट नाहीतर मॅनेजमेंट एक्स्पर्ट झालो असतो. या सर्वांचा मला वेगवेगळ्या कारणांनी हेवा वाटतो. माझा बेहिशेबीपणा, बेशिस्तपणा, संगीताविषयीची ओढ आणि जगातल्या महान् चित्रकारांच्या कलाकृतींबद्दलचा दर वेळी नव्याने वाटणारा आश्चर्ययुक्त आदर अशी कारणे यामागे आहेत.

लेखक होणे हीच माझी नियती होती आणि जसा लेखक झालो तसाच होणे आणि असणे हा या नियतीचाच भाग असला पाहिजे. एरवी पहिलेच नाटक सपाटून पडल्यानंतर आणि पुन्हा जन्मात नाटक म्हणून लिहायचे नाही असा घोर निश्चय केल्यानंतर मी नाटकेच का लिहीत राहिलो? एका नाटकावर प्रचंड वादळ उठून त्यात भरपूर निंदानालस्ती आणि मनस्ताप पदरी घेतल्यानंतर वादळ उठवणारे दुसरे नाटक का लिहिले ?

नियती याशिवाय दुसरे उत्तर सापडत नाही.

नियतीचाच भाग म्हणून एका योगायोगाचा उल्लेख इथे केला पाहिजे. ज्या नाटकासाठी आपण आज इथे माझा सन्मान करता, त्या नाटकाबद्दल पूर्वी एका समारंभात माझ्यावर

जाहीर रीत्या चप्पल फेकण्यात आली होती.

ती चप्पल आणि हा सरस्वती सन्मान अशी या नाटकाची एकत्रित नियती असली पाहिजे!

या नाटकाचा जन्मदाता म्हणून मी या दोहोंचा मनापासून आदर करतो.

खरे म्हणजे हा सन्मान मला फार लौकर मिळाला, असे काहींना वाटते. असे मोठे सन्मान मिळण्यासाठी जेवढे वयस्क व्हावे लागते तेवढा मी अद्याप झालेलो नाही असे ते म्हणतात.

असे मोठे सन्मान दिले जातात तेव्हा लेखक निर्मिती करण्याचा थांबून वर्षे गेलेली असतात किंवा निदान त्याचा बहर ओसरून साहित्य-निर्मितीतला शिशिर आणि त्याचा थंड गारठा त्याच्या प्रतिभेत उतरलेला असतो असाही अनुभव आहे.

मला अजून हा गारठा जाणवत नाही. लिहिण्यासारखे रोज नवनवे दिसते आणि स्फुरते आहे. पार्किन्सन्स किंवा कॅटरॅक्टसारखी एखादी व्याधी अद्याप न झाल्याने लिहिण्यालाही अजून अडचण वाटत नाही. त्यामुळे या सन्मानानंतरही मी लिहीत राहीन असा धोका आहे; तो इथे नोंदवून ठेवतो.

शेवटी एक विचार मनाशी आहे तो बोलून माझे भाषण संपवतो. आमच्या महाराष्ट्रात मराठी भाषेच्या भवितव्याविषयी अनेकांना सध्या फार चिंता लागून राहिली आहे. तंत्रविज्ञानाने निर्माण केलेल्या नव्या इलेक्ट्रॉनिक माध्यमांमुळे साहित्याचे काय होणार अशीही एक चर्चा आहे. तुमच्या हिंदी भाषेत आणि इतर भारतीय भाषांतही अशीच चिंता चालू आहे काय ते माहीत नाही.

भाषा आणि साहित्य याविषयी इतरांइतकीच आत्मीयता असतानाही मला ही चिंता जाळीत नाही.

भाषा आणि साहित्य याच्या मुळाशी माणसातली सर्वकालीन उत्सुकता आणि अभिव्यक्तीची गरज असेल तर या दोन्ही गोष्टी अमर आहेत. जोवर जगण्याची आव्हाने माणसासमोर आहेत तोवर त्याची जाणून घेण्याची उत्सुकता आणि अभिव्यक्तीची गरज राहणार आणि या गरजा तो भाषेद्वारेच पुऱ्या करणार. आता हे खरे की, भविष्यात त्याची भाषा कदाचित निराळीच किंवा नवीच एखादी असेल. पण त्याने काय बिघडते? महत्त्व माणसातल्या माणूसपणाला; आणि औत्सुक्य आणि अभिव्यक्ती ही या माणूसपणाची दोन महत्त्वाची आणि सुंदर लक्षणे आहेत. हे कोणत्या भाषेत घडते याची कशाला चिंता?

हे घडत राहिल्याशी कारण.

एकविसावे शतक वेशीवर येऊन उभे आहे. जगण्याची अतर्क्य आणि अनपेक्षित आव्हाने घेऊन ते येणार आहे. मावळत्या शतकाचा प्रतिनिधी म्हणून या येत्या शतकातल्या माणसाची आणि त्याच्या जगण्याची कल्पना मी करीत असतो.

माझ्या कालखंडातला माणूस मला चाप्लिनची आणि त्याच्या कसरतींची आठवण देतो तशी या येत्या शतकातल्या माणसाच्या जगण्याची कल्पना मी करू लागलो की मला डिस्नेचा मिकी माउस आठवतो. दृश्य अदृश्य तमाम शक्ती आपली राक्षसी ताकद एकवटून त्याच्या नाथनाटाचा विडाच उचलून त्याच्या मागे लागलेल्या किंवा त्याच्यासाठी जागोजाग दबा धरून बसलेल्या असतात. परंतू मिकी माउस मरत नाही. कसरतींचा बादशहा अशा चाप्लिनने नम्र व्हावे अशा अतिभन्नाट आणि अकल्पनीय कसरती त्याला त्यासाठी शिकाव्या लागतात; आणि त्या तो शिकतो. परंतु मिकी माउस राहतो. संपत नाही. राक्षसी शक्तींच्या गदारोळात तो पदोपदी मरणाच्या जबड्याशी आणि जबड्यात देखील पोचतो पण गिळला जात नाही. चिरडला जाऊन सपाट होतो; पण पुन्हा उठून धावू लागतो. येत्या शतकाची, माणसाच्या भविष्याची चाहूल घेताना तेव्हाच्या माणसाची अवस्था मला अशी दिसते.

आपणच निर्माण केलेल्या यंत्रणांच्या राक्षसी कर्तुकीपुढे आणि आपल्यातल्याच काही प्रवृत्तींविरुद्ध जीवाची बाजी लावून त्याला आपले अस्तित्व टिकवण्यासाठी रोज लढावे लागेल असे मला दिसते.

अर्थात् लेखक द्रष्टा शास्त्रज्ञ नसतो. तो साधा ज्योतिषीदेखील नसतो. तो कसली गणिते मांडून उत्तरे काढीत नाही. त्याला वाटते किंवा त्याला जाणवते. या जाणवण्याने तो अस्वस्थ होतो.

तसा मी आज अस्वस्थ आहे.

विजय तेंडुलकर

नवी दिल्ली
दि. ३ मार्च ९४

कन्यादान

विजय तेंडुलकर

या नाटकाचा पहिला प्रयोग इंडियन नॅशनल थिएटर, मुंबई, या संस्थेतर्फे शुक्रवार, दिनांक १२-२-१९८३ या दिवशी दुपारी चार वाजता, शिवाजी मंदीर, मुंबई येथे सादर करण्यात आला.

दिग्दर्शक	सदाशिव अमरापूरकर
सूत्रधार	भाऊसाहेब सप्रे
निर्मिती प्रमुख	विनायक आयरे
निर्मिती साहाय्यक	सुधीर करंगुटकर
नेपथ्य, प्रकाश योजना	प्रभाकर पारकर
साहाय्यक	सीताराम पाटेकर
पार्श्वसंगीत	अनंत अमेंबल
रंगभूषा	बाबुलनाथ कुरतडकर

कलाकार

नाथ देवळालीकर	डॉ. श्रीराम लागू
सेवा देवळालीकर	सुहास जोशी
ज्योती देवळालीकर	सुषमा तेंडुलकर
जयप्रकाश देवळालीकर	शिरीष आठवले
अरुण आठवले	सदाशिव अमरापूरकर
दोघेजण	विनायक आयरे
	विलास वालावलकर

सरस्वती नः
सुभगामयस्करत्

प्रशस्ति

के.के. बिड़ला फाउंडेशन का तृतीय सरस्वती सम्मान श्री विजय तेंडुलकर को १९८३ में प्रकाशित उनके प्रख्यात नाटक **कन्यादान** के लिए भेंट किया जाता है।

गत ४० वर्षों में मराठी रंगमंच की समृद्ध परम्पराओं को अपनी विलक्षण क्षमताओं से प्रखर बनाकर उसको अखिल भारतीय रंगमंच से जोड़कर तेंडुलकर ने अत्यन्त महत्त्वपूर्ण सांस्कृतिक सृजनात्मकता का प्रदर्शन किया है। अपनी बहुमुखी नाट्य प्रतिभा के विविध प्रयोगों द्वारा उन्होंने नाट्य-वस्तु के पारम्परिक आशय एवं अभिव्यक्ति दोनों में आमूल-चूल परिवर्तन किया जिसने उन्हें भारतीय रंगमंच के शिखर पुरुष के स्थान पर ही नहीं ला बैठाया बल्कि अन्तर्राष्ट्रीय सफलता और ख्याति भी दिलाई। तेंडुलकर ने अब तक २५ से अधिक नाट्य रचनाओं का सृजन किया है। अत्यन्त साहसिक कथ्य, विलक्षण गत्यात्मकता, नाट्य-शिल्प पर असाधारण अधिकार और एक मनस्वी के से गहन चिंतन उनकी रचनाधर्मिता की विशेषताएं हैं। साहित्य की अनेक विधाओं में अपने ललित एवं विचार प्रदान लेखन से समाज में कला के प्रति रूझान उत्पन्न करने और संवदेनशीलता के प्रबोधन का कार्य उन्होंने अत्यन्त कलात्मक कुशलता से किया है।

कन्यादान में एक परिवार के सुख-दुःख के द्वंद्वात्मक यथार्थ के आधार पर मानव के पारस्परिक संबंधों की जटिलता और मानवीय प्रवृत्तियों को खोलते हुए दलित और उच्च वर्गों के विभिन्न स्तरों पर भावनात्मक जुड़ावों और संघर्षों का प्रभावी चित्रण है। इस अंतरभेदी और जीवन्त कृति में नाटककार चिंतनशील, रसिक एवं सुधी पाठकों को विचार करने को झकझोरता है। इसका भावनात्मक एवं विचारात्मक मंथन आज की भौतिकता पर प्रश्नचिन्ह लगाते हुए मानवीय शक्ति में अटल आस्था और समाज के चेतन-अचेतन और चिरंतन मूल्यों के प्रति निष्ठा को गहरी अभिव्यक्ति देता है। यही इस नाटक की सार्थकता और सफलता का मर्म है।

तेंडुलकर के दीर्घायु होने की कामना करते हुए फाउंडेशन उनकी निरन्तर निखरती सृजनात्मकता के प्रति हार्दिक शुभकामनाएं भेंट करता है।

बिश्न टंडन	रंगनाथ मिश्र	कृष्ण कुमार बिड़ला
सदस्य-सचिव	अध्यक्ष	प्रधान
——— चयन परिषद् ———		के.के. बिड़ला फाउंडेशन

३ मार्च, १९९४

अंक पहिला

प्रवेश पहिला

[सकाळी दहा अकराचा सुमार.
मध्यमवर्गीय वस्तीतला जुना ब्लॉक.
फारसा प्रशस्त नसलेला नीटनेटका दिवाणखाना.
भिंतीवर महात्माजी, आचार्य नरेंद्र देव, युसुफ मेहरळी, साने गुरुजी यांच्या तसबिरी.
देशाच्या वेगवेगळ्या भागांचे प्रतिनिधित्व करणाऱ्या मोजक्याच लहानमोठ्या वस्तू ठळकपणे कुठे कुठे मांडल्या आहेत. दिवाणखान्याचे एकूण 'रूप' शांत आणि रुबाबदार.
नाथ देवळालीकर (वय साठीकडे नुकते झुकलेले पण त्या मानाने तरतरीत) टेलिफोनवर बोलत आहेत.
ज्योती (वय विशीचे) आणि जयप्रकाश (सुमारे तेवीस) ही नाथांची दोन मुले; पैकी ज्योती नाथांचे काही सेक्रेटरिअल काम करीत बसलेली. जयप्रकाश कसले तरी यंत्र खोलून बसला आहे.]

नाथ: (फोनमध्ये ओरडून बोलत आहेत) हॅलो — आसनगावची बस कितीला सुटते ? — हॅलो — आसनगावची बस — पुणे — आसनगाव — हो,हो, पुणे — आसनगाव. अशी बसच नाही ? नाही कशी, बस आहे — मी तुम्हाला सांगतो — अहो मी गेलोय ना त्या बसने — मी नाथ देवळालीकर बोलतो — विधान परिषदेचा सदस्य आहे मी — नमस्कार मग करा, बसची वेळ सांगा — बस कितीला सुटते ? — (वैतागून रिसीव्हर ठेवतात.) फोन कट झाला. मुळात लागत नव्हता. त्यात काही ऐकूच जात नव्हतं. त्यात यांच्या बसेस यांनाच ठाऊक नाहीत. आता तर लाईनच तुटली ! आनंद आहे. अशी बसच नाही, सांगतो ! आणि हा कंट्रोलर !

ज्योती: पण भाई, तुम्ही तरी दर वेळी कशाला फोन करून विचारता ? कुणीही बरोबर सांगत नाही, तुम्हाला अनुभवानं माहीत आहे भाई. जायचे तेव्हाच तुम्ही जाता आणि तुमची बससुद्धा सहसा चुकत नाही.

नाथ : तसं नाही, पण यांच्या बसेस यांनाच ठाऊक नसाव्यात ?

ज्योती : तुम्ही फोन करून तरी त्या कुठे माहीत होतात ?

नाथ : तो प्रश्न नाही, कंट्रोलरला त्याच्या टर्मिनसवरून सुटणारी प्रत्येक बस ठाऊक असायला हवी. यासाठीच नेमतात ना त्याला ?

ज्योती : सगळ्यांना त्यांच्या कर्तव्याची जाणीव देण्यासाठी तुम्हाला कुणी नेमावं तसे तुम्ही वागता.

नाथ : या पक्यानं नाव ठेवलंच आहे आम्हा लोकांना : जग रिपेअर करणारे. पण तुम्हा पोरांना नाही ते कळायचं. स्वातंत्र्यापूर्वी आमच्या कल्पनेत आम्ही पाहिला तो देश कसा होता आणि आज हे काय दिसतं आहे. डिस्गस्टिंग. त्रास होतो फार. (ज्योतीला) पण माझं लिंबू पाण्याचं थर्मास धुऊन ठेवलंय का? दाढीचा ब्रश गेल्या वेळी विसरलो. झालंच तर अंघोळीचा पंचा आठवणीनं घ्यायला हवा. जातो तिथं असल्या साध्या साध्या गोष्टी मागून घेणं बरं दिसत नाही.

[जयप्रकाश रिपेरिंग करता करता हलक्या स्वरात काही पुटपुटतो.]

नाथ : (त्याला) काय म्हणालास ?

[जयप्रकाश पुन्हा म्हणत नाही. फक्त एकदा त्यांच्याकडे बघतो. पुन्हा रिपेअरिंग करू लागतो.]

नाथ : शिंचं दर खेपेस काहीतरी विसरून राहतंच. विनोबांचं उदाहरण या बाबतीत घेण्यासारखं आहे-

जयप्रकाश : (रिपेअरिंग करता करताच) आता उशीर झाला.

(नाथ प्रश्नार्थक पाहतात.)

जयप्रकाश : नव्हे, ते ब्रह्मचारी आहेत ना ! म्हणून म्हटलं. (पुन्हा रिपेअरिंगमध्ये.)

नाथ : याच्यात ब्रह्मचर्याचा संबंध नाही पक्या, हा माइंड-ट्रेनिंगचा प्रश्न आहे. मनाला एक शिस्त हवी. आम्हाला तीच कधी लागली नाही. आचार्य जावडेकर म्हणत, नाथ बुद्धिमान आहे, पण वेंधळा.

[जयप्रकाश त्याच्या कामात तोंडाने एक आवाज करतो.]

नाथ : का ? हस, मोकळेपणानं हस-

जयप्रकाश : हसलो नाही. हा खिळा उपसून काढला. निघत नव्हता.

२ कन्यादान

नाथ : सेवा नगरहून कधी पोचायची आहे रे पोरांनो ?

ज्योती : शिबिर काल दुपारी संपलं तर काल रात्रीपर्यंत नाहीतर आज सकाळी अकरापर्यंत पोचते म्हणाली होती मां.

नाथ : मला साडेबारापर्यंत तरी निघायला हवं.

ज्योती : म्हणजे तुमची दोघांची भेट होणार !

नाथ : गेला पंधरवडाभर चुकामूक चालली आहे. ती मुंबईला महिला शिबिरासाठी, तर मी इथे व्याख्यानाकरता पुण्याला. ती पुण्याला आणि मी समता मेळाव्यासाठी औरंगाबादला.

जयप्रकाश : आम्ही आहोत ना. आम्ही तुमचे निरोप एकमेकांना पोचवत असतो.

नाथ : तो प्रश्न नाही. संसार म्हणजे काही एकमेकांना निरोप पाठवणं नव्हे. सहवास नावाची काही चीज आहे का नाही ? छेः ! फार धावपळ चाललीय. याचा विचार एकदा करायलाच हवा.

ज्योती : त्यासाठी मुळात धावपळ थोडी थांबवायला हवी. दोघांनी.

नाथ : बरोबर बोललीस. पण माझी चूर्णाची बाटली मी घेतली का नाही ? नाहीतर तीच...

ज्योती : मी ठेवली ती बॅगेत.

नाथ : थँक यू, थँक यू. पोट साफ नसलं तर कसलं प्रबोधन नि काय. काही शिंचं करू नयेसं वाटतं.

[जयप्रकाश मध्येच उठून आत निघून जातो.]

ज्योती : (अवघडून) भाई, मला तुमच्याशी थोडं...

नाथ : बोलायचंय ? अग मग बोल ना. कुणी अडवलं तुला ? आपल्या घरातसुद्धा आग्रहानं आम्ही डेमॉक्रसी जपतो याचा मला अभिमान आहे. बाहेर लोकशाही आणि घरात हुकुमशाही असा दुटप्पी कारभार आपला नाही. आय ॲम ऑल ईअर्स. बोल. (ऐकण्याच्या तयारीत बसावे तसे बसतात.)

ज्योती : (जास्तच अवघडलेली) मां... आता इतक्यात येईल. तुम्हा दोघांशी-काही बोलायचं ठरवलं होतं मी. म्हणजे...माझ्या बाबतीत.

नाथ : उत्तम. बोलून टाक.

ज्योती : उंहू. तुम्ही दोघं असायला हवेत म्हटलं ना.

नाथ : अच्छा ? (हसून) बरं, बरं. आता येईलच ना सेवा. (घड्याळ पाहून) किती ? अर्धा तास पुरेल तुला ?

ज्योती : पंधरा मिनिटं.

नाथ : इतकीच ना ? दिली. तुझ्या मांची जबाबदारी मात्र तुझ्यावर. म्हणजे तिनं उशीर केला—

ज्योती : गेले पंधरा दिवस मनाशी घोकते आहे मी, की तुम्हा दोघांशी बोलायचं.

नाथ : फारच पूर्वतयारी केलीयूस !

ज्योती : तुम्ही दोघं एकत्र मिळाल तर ना.

नाथ : हे बाकी खरं आहे. तुम्हा पोरांबरोबर स्वस्थपणे आम्ही दोघं बसलो, बोललो असं होत नाही आणि हे वाईट आहे.

ज्योती : हे तुमचं बरं आहे. वाईट आहे असंही तुम्हीच म्हणता. म्हणजे आम्हाला म्हणायला काही शिल्लकच राहायला नको.

[घाईने शर्ट चढवलेला जयप्रकाश बाहेर येतो. बाहेरच्या दाराकडे जातो.]

जयप्रकाश : मां आली—सामान आणतो— (बाहेर जातो.)

नाथ : वेळेवर आली.(उठून अपेक्षेत उभे राहतात.)

[ज्योती उघड्या दाराशी जाऊन उभी.]

ज्योती : (सेवा दारातून येताच तिला मिठी मारून) मां !

[नाथ हे पाहात उभे.]

सेवा : (ज्योतीच्या खांद्यावरून नाथना पाहून) मला वाटलं बहुतेक तू गेलेला असणार !

नाथ : तुझा अपेक्षाभंग झाला याबद्दल दिलगीर आहे, पण बस दीडची आहे.

सेवा : असं असं. म्हणजे बस उशीराची आहे म्हणून थांबला आहेस !

नाथ : तर ! एरवी यःकश्चित बायकोची वाट पाहात मी उभा दिसलो असतो की काय ? बायकोच्या वाटेपेक्षा देशाची हाक केव्हाही महत्त्वाची आहे ! (स्वतःच हसतात.)

[जयप्रकाश आईचे सामान घेऊन आत येतो. आतल्या दिशेने जातो.]

सेवा : देशाची हाक नव्हे, व्याख्यानं देण्याची हौस !

नाथ : तसं म्हण. आपला आवाज ऐकायला आपल्याला आवडतो हे एकदम खरं आहे.

ज्योती : आणि हे फार वाईट आहे-म्हणा. अजून कसे म्हणाला नाहीत ? करणार हे आणि ते वाईट आहे असा निवाडाही लगेच हेच देणार ! आणि म्हणे लोकशाहीवादी.

सेवा : अग कसली आली लोकशाही ? मला विचार. हे लोकशाहीवादी असते तर मी कुठून यांची बायको झाले असते ?

नाथ : हां, तुझा निर्णय घ्यायला तू पूर्ण मुखत्यार होतीस !

सेवा : फक्त तो 'नाही' असा घेतला तर हे संन्यास घेऊन हिमालयात जाणार होते !

नाथ : तो माझा प्रश्न होता.

सेवा : यालाच ब्लॅकमेलिंग म्हणतात.

नाथ : जशी काही माझ्या धमकीला घाबरून तू लग्नाला तयार झालीस.

सेवा : मग ? तुला काय वाटलं, राजीखुशीनं झालें ?

नाथ : एवढं बाकी खरं ज्योते. तेव्हाचे आमचे एक-दोन चांगले बुजुर्ग होतकरू लीडर हिच्यात इंटरेस्टेड होते. मी म्हणजे तुलनेने थर्ड नाहीतर फोर्थ रँक वर्कर. पण निवड आमचीच झाली.

ज्योती : (त्यांच्या आविर्भावात) आणि हे फार वाईट आहे !

[सगळे हसतात. जयप्रकाश आतून पाण्याचा ग्लास घेऊन येऊन आईपुढे उभा आहे.]

सेवा : (पाणी घेऊन पीत) तेव्हा वाटलं होतं की माणूस तसा 'असा'च आहे, होईल पुढे मंत्रीबिंत्री. जरा मिरवायला तर मिळेल. पण कसचं काय ! एवढं जनता पक्षाचं सरकार आलं आणि गेलं तरी हा आपला साधा आमदार !

नाथ : अरे आमची समाजवादी राजवट येऊ दे. आहेत कोण दुसरे खुर्च्या उबवायला ?

जयप्रकाश : (हलकेच) स्वप्नरंजन.

नाथ : अरे हो हो, असू दे. चमत्कारांवर आमचा विश्वास आहे ! (आठवण होऊन घड्याळ पाहत) बाप रे. (सेवाला) हे बघ, या आपल्या ज्योत्याला आपल्याशी काही बोलायचं आहे. आपल्याशी म्हणजे तुझ्याशी आणि माझ्याशी. आणि आपण घरी एकत्र मिळतच नाही. तर आता तिनं आपली अॅपॉइंटमेंट घेऊन ठेवली आहे. पंधरा मिनिटं— (ज्योतीला) पंधराच ना? —आपण तिच्याशी बोलणार आहोत. चुकलो. तिचं ऐकणार आहोत. (ज्योतीला) हो ना ? हो. तर आता (सेवाला) तू इथं पंधरा मिनिटं मुकाट्यानं बैस. मी (दुसऱ्या खुर्चीत बसत) इथं बसतो. (जयप्रकाशकडे पाहून) या पक्याचं काय ?

जयप्रकाश : मी चहा करायला जाणार आहे. (आत जातो.)

नाथ : (ज्योतीला) फायर. (सेवाला) काय ग, हाऊ वॉज द शिबिर ? बायका

बऱ्या होत्या ? आय मीन, रिसेप्टिव्ह होत्या का ?

सेवा : सगळ्याच नव्हत्या, पण तीन-चार सीरिअसली भाग घेत होत्या. रिसेप्टिव्ह वाटल्या.

नाथ : तीन-चार म्हणजे वाईट नाही. नॉट बॅड. आमच्या कार्यकर्त्यांच्या शिबिरात सगळे पन्नाशीवरचे म्हातारेच. तरुणात तरुण म्हणजे चाळिशीचा वामन बर्वे. आणि गाणी 'उठाव झेंडा बंडाचा.' कसला कपाळाचा बंडाचा झेंडा उठवतो ? उठवायला पेलला तर पाहिजे ! स्लिप्ड डिस्क व्हायचं !

[ज्योती हे ऐकत उभी आहे.]

(ज्योतीला) येस? तू का अशी पाहात उभी ? ओ-ओ-ओ-आय सी. सॉरी. नाही, एकदम सॉरी म्हणजे सॉरी. ज्योत्या, आमचं चुकलं. (सेवाला) अग हिचं ऐकायला म्हणून बसलो आणि आपणच...(ज्योतीला) बेटा, वुई ॲपोलोजाइज. नाऊ स्टार्ट.

सेवा : (उठत) मी तोंडावर पाणी मारून येऊ का ? प्रवासाची आहे. ही आलेच—

नाथ : (तिचा हात पकडून) नो. नो म्हणजे नो. माझी जायची वेळ होईल आणि पुन्हा बिचारीला दोघं एकत्र मिळण्याची वाट बघत खोळंबावं लागेल. ते काही नाही. वुई लिसन टु ज्यो. (ज्योतीला) सुरू कर.

ज्योती : नको, हवं तर मांला स्वच्छ होऊन—

नाथ : ना-ही. आम्ही तुमचं ऐकणार. अग सर्व दुनियेसाठी इतकं करतो आणि तुम्हा पोरांसाठी आमच्याकडे वेळ नाही ? आईबाप म्हणवून घ्यायला लाज वाटली पाहिजे आम्हाला !

सेवा : बसले ना मी, आता कशाला बडबडून वेळ घालवतोस ? ऐक आता. बोल ज्योती.

ज्योती : (पुन्हा एकदा अवघडलेली) खरं तर तितकं ते महत्त्वाचं आहे की नाही कुणास ठाऊक. माझं मला ते ठरवताच येत नाही. म्हणजे— मी लग्न ठरवलंय...

नाथ : (उत्साहाने) काँग्रॅच्युलेशन्स !

सेवा : (आश्चर्याने) ठरवलंय ?

नाथ : (सेवाला) का ? ठरवलं असलं तर तुझा काय आक्षेप आहे ? शी इज अ मेजर नाऊ. लहान नव्हे.

सेवाः मी कुठं म्हटलं लहान आहे म्हणून ? मला आपलं वाटलं—

नाथ : काय वाटलं ?

सेवा : अपेक्षित नव्हतं ना—

नाथ : तुझी तरुण पोर काय जन्मभर—

सेवा : (वैतागून) अर्थाचा अनर्थ करण्यात तुझा हात धरणारा कुणी भेटणार नाही बघ.

नाथ : म्हणून तर राजकारणात आहे.

सेवा : इथं घरात तुझं ते राजकारण आणू नकोस. पोरीचं ऐक.

नाथ : ऐकतोच तर आहे. तूच वाद सुरू केलास. (ज्योतीला) हूं, पुढे चल बेटा. कोण आहे मुलगा ? कोण आहे तो राजपुत्र ?

[जयप्रकाश चहाचा ट्रे घेऊन आतून येतो.]

तूसुद्धा बैस पक्या. गुड न्यूज. आपल्या ज्योत्यानं लग्न ठरवलं. बोल तू ज्योती. कोण आहे ते कळू दे आम्हाला. आता फार उत्सुकता ताणू नकोस.

[सेवा गंभीर.]

ज्योती : (अवघडलेली, गंभीर.) अरुण आठवले त्याचं नाव.

नाथ : (एकदम अवसान जावे तसे) ब्राह्मण आहे ?

ज्योती : नाही. दलित आहे.

नाथ : (उत्साहाने) मार्व्हलस ! आडनावावरून मला वाटलं ब्राह्मण आहे.

जयप्रकाश : का ? असता तर काय झालं असतं ?

नाथ : झालं काहीच नसतं रे. पण माझ्या पोरीनं वरच्या जातीत लग्न करावं हे मला तितकंसं आवडलं नसतं, स्पष्ट सांगतो.

जयप्रकाश : वेगळ्या पद्धतीनं हा जातीवाद नाही वाटत ?

सेवा : (गंभीर) तू गप्प रहा प्रकाश. (ज्योतीला) काय करतो हा ? कुठे असतो?

ज्योती : इथंच पुण्यात असतो. बी.ए.च्या टर्म्स भरतो आहे. पार्ट टाईम नोकरी करतो 'श्रमिक समाचार' मध्ये.

सेवा : तुला कुठे भेटला ?

ज्योती : समाजवादी विचार मंडळात. तिथे तो दोन महिन्यांपासून यायला लागला.

सेवा : आईवडील काय करतात ?

नाथ : आय ऑब्जेक्ट टु धिस क्वश्चन. आईवडील काहीही करीत असतील

किंवा काहीच करीत नसतील. आपला संबंध मुलाशी असणार आहे.

सेवा : मुलाच्या संबंधातच विचारते आहे.

ज्योती : दोघं गावी असतात. कऱ्हाडपासून जवळ चिरोली म्हणून गाव आहे, तिथं त्यांची थोडी जमीन आहे.

सेवा : किती मुलं त्यांना ?

ज्योती : सात. अरुण दोन नंबरचा.

सेवा : (किंचित्काळ अर्थपूर्ण स्तब्धता.) मोठा भाऊ काय करतो?

ज्योती : खरं म्हणजे काही करत नाही.

सेवा : का ?

ज्योती : तो तसाच आहे— असं अरुण म्हणतो. वडील शेती बघतात. पण त्यावरसुद्धा त्यांचं भागत नाही. अरुणला दर महा घरी पैसे पाठवावे लागतात.

सेवा : बाकीची भावंडं काय करतात?

ज्योती : जमेल तेव्हा शिकतात. पण खरं तर तीही काही करीत नाहीत.

सेवा : कर्ज?

ज्योती : असावं. किती ते मी विचारलं नाही.

सेवा : म्हणजे सर्व जबाबदारी या अरुणच्या डोक्यावर आहे.

ज्योती : हो.

नाथ : त्या समाजाचं हे प्रातिनिधिक चित्र आहे. यात विशेष काय आहे?

सेवा : तू जरा मला विचार करू देशील का?

नाथ : देतो तर आहे. पण दलित समाजातला मुलगा म्हटल्यावर—

सेवा : हे मला न कळण्याइतकी तू मला अडाणी मानतोस ? (नाथ गप्प. आता ज्योतीला) या मुलाला तू किती दिवस ओळखतेस?

ज्योती : जेमतेम दोन महिने.

सेवा : मुलगा हुशार आहे?

ज्योती : हो. पण असामान्य वगैरे नाही. कविता चांगल्या करतो. मला त्याच्या कविताच आवडल्या.

नाथ : घ्या. या समाजातल्या मुलांना काव्यप्रतिभेची जणू उपजत देणगीच आहे.

ज्योती : आत्मकथा लिहितोय तो. ती वाचून वाटलं, याला सुखी करण्यासाठी काहीही करावं—

नाथ :	वा, ज्योती!
सेवा :	(नाथांना) तू जरा आम्हाला बोलू देशील का? (ज्योतीला) स्वभावाने कसा आहे?
ज्योती :	अगदी सद्गुणी आहे असं मी म्हणणार नाही, पण माझा अनुभव वाईट नाही. अर्थात तो फार थोडाच आहे.
सेवा :	विश्वासू आहे?
नाथ :	आय ऑब्जेक्ट! विश्वासू नसता तर माझ्या मुलीनं कशाला लग्न ठरवलं असतं त्याच्याशी? केवळ तो दलित आहे म्हणून त्याच्याविषयी—
सेवा :	तो दलित असल्याचा यात काही संबंध नाही. माणूस विश्वासू आहे की नाही हे पाहायला हवं.
ज्योती :	आहे असं मला वाटतं. त्याच्या कविता आणि त्याची आत्मकथा त्याच्याविषयी मला खूप विश्वास देतात.
सेवा :	एवढ्या भांडवलावर तू लग्न ठरवून मोकळी झालीस?
नाथ :	आमच्या विश्वासूपणाची अशी कुठली निखालस खात्री तुम्हाला तरी लग्न करताना पटली होती? केवळ आम्ही चळवळीत होतो एवढीच!
सेवा :	ते निराळं होतं. तशी दुरून मी तुला पाहात आले होते. तू ते आणि आत्ताचा प्रश्न यांची गल्लत करू नकोस. (ज्योतीला) मला वाटतं ज्योती, तू घाई करते आहेस. पुरती दोन महिन्यांचीही तुझी त्याची ओळख नाही. त्याच्याविषयी तुला पुरेशी माहिती नाही, जी आहे ती मोठीशी उत्साह वाटावा अशी नाही—
नाथ :	तेव्हा दोन-चार वर्षं थांब. सांगोपांग माहिती मिळव, अभ्यास कर अभ्यास त्याचा. आणि मग लग्नाचा विचार कर. नॉनसेन्स!
जयप्रकाश :	यात काय नॉनसेन्स आहे, भाई? ही आयुष्याची गाठ आहे.
नाथ :	आपल्याला एखादं माणूस बघितल्या क्षणी आवडणं म्हणजे काय असतं हे माहीत आहे का रे पकोबा तुला? अरे, अभ्यासानं काही कळत नाही, हृदयाच्या गाठी जुळाव्या लागतात.
जयप्रकाश :	असं काही झाल्याचं ज्यो म्हणत नाही.
नाथ :	असंच झालं असणार. काय ज्योती?
	[ज्योती नकारार्थी मान हलवते.]
जयप्रकाश :	घ्या!

नाथ :	तुमचं प्रेम जमलं नाही?
ज्योती :	ठाऊक नाही. त्यानं विचारलं, माझ्याशी लग्न करण्याची कल्पना तुला किती भयंकर वाटते? मी म्हणाले, भयंकर काय आहे त्यात? तो म्हणाला, मी तुला टाकाऊ माणूस वाटत नाही? मी म्हणाले, नाही. तो म्हणाला, आश्चर्य आहे. तर मग आपण लग्न करू या असं मला वाटतं. मी मान डोलावली.
नाथ :	(अपेक्षाभंग झाल्यासारखे) अंतःकरणात ऊर्मी वगैरे दाटल्या नाहीत? [तिचा मानेने नकार.] रक्तात सप्तसूर उमटत गेले नाहीत? [तिचा मानेने नकार.] गूढ अशा संवेदनांची वादळं? [तिचा मानेने नकार.]
ज्योती :	खरं म्हणजे मलाच आश्चर्य वाटतं. चहा घेऊ या का असं कुणी विचारावं तसं सगळं घडलं. नंतर मलाच खोटं वाटत होतं.
सेवा :	आयुष्याचे निर्णय असे खेळावारी घेऊ नयेत ज्योती.
ज्योती :	तशी मी बऱ्यापैकी गंभीर होते.
सेवा :	जे घडलं आहे ते तुला सूज्ञपणाचं वाटतं?
ज्योती :	एकेकदा. आणि एकेकदा सगळाच गाढवपणा वाटतो आहे.
सेवा :	तू घाई केलीस, ज्योती—
नाथ :	असा निवाडा देण्यात घाई कशावरून होत नाही? हा मुलगा काळा की गोरा तेसुद्धा अजून आपण पाहिलं नाही— (सेवा नापसंतीने पाहते तिला) नाही, खोटं असलं तर सांग—
ज्योती :	त्याला मी तुमच्या सोयीनं घरी बोलावणार आहे.
सेवा :	तो येईल तेव्हा आम्ही त्याला पाहूच. पण लग्न करताना मुलीने किमान स्थैर्य तर पाहायला हवं ना? जगण्याच्या पद्धती जुळल्या पाहिजेत— अखेर संसार आहे—
नाथ :	निर्धार असला तर जगण्याची पद्धती बदलू शकते. आणि स्थैर्य ही सापेक्ष कल्पना आहे. मुलगा बी.ए. होतो आहे तर किमान स्थैर्य येईलच—
सेवा :	कशावरून? त्याच्यावरच्या आर्थिक जबाबदाऱ्या लक्षात घे—
नाथ :	आणि त्याला नाही जमलं तर आमची पोर त्यासाठी कमावती होईल. ती काही घरकोंबडी हाऊसवाइफ नाही.

सेवा : (जरा चिडून) पण तूसुद्धा त्याला न बघताच त्याच्या बाजूने इतका का युक्तिवाद करतो आहे? तुला का लगीनघाई?

जयप्रकाश : हे बाकी खरं, भाई—

नाथ : ठीक आहे. माझी नगरच्या बसची वेळ होत आली. मी निघतो. मग ठराव काय झाला आपला? मुलगा भेटेपर्यंत वाट पाहायची. पण वाट पाहून पुढे काय? (ज्योतीला) तू तर लग्न ठरवलंच आहेस ना?

सेवा : तसं वाटलं तर ती दुसऱ्यांदा विचार करील—

ज्योती : माहीत नाही. पण तुमचं मत मला हवंसं वाटतं. खरं तर आधी ते घ्यायला हवं होतं, पण अचानकच सगळं झालं.

नाथ : काही हरकत नाही ज्योत्या. डोण्ट वरी. आम्ही आहोत! पक्या, सामान घेऊन खाली उतरू या. तू रिक्षा बघ—

[दोघे आत जातात.]

सेवा : (ज्योतीला) तो दलित आहे याबद्दल माझं काहीच म्हणणं नाही. तुला माहीत आहे, अस्पृश्यतेविरुद्ध मी आणि नाथ एका निष्ठेनं आयुष्यभर लढत आलो. प्रश्न तो नाही. पण तुझी एक जीवन-पद्धती आहे. एक प्रकारचे संस्कार आहेत. ते असे एका रात्रीत पुसू किंवा बदलू शकत नाहीत. त्याचं सर्व वेगळं आहे. तुला कदाचित ते निभणार नाही—

ज्योती : मी निभावून नेईन, मां.

सेवा : असं आपण म्हणतो, पण प्रत्यक्षात ते फार कठीण जातं. बाईच्या जातीला मग पळण्यालासुद्धा वाट असत नाही—

ज्योती : मी पळेन असं मला वाटत नाही.

सेवा : नीट विचार करून मग काय तो निर्णय घ्यायला हवा असं मला वाटतं.

ज्योती : मला पटत नाही असं नाही मां. पण काहीतरी घडलं. कसं घडलं याचं मलाच आश्चर्य वाटतं. घडलं आणि मग उलट्या गतीनं त्याचं गांभीर्य ध्यानी आलं.

सेवा : हे काही शहाणपणाचं नव्हे—

ज्योती : नक्कीच नव्हे. पण एवढं खरं की ते घडलं आहे.

सेवा : अजून ते बदलताही येईल—

[ज्योती यावर काही म्हणणार एवढ्यात नाथ आणि मागून सामानासह जयप्रकाश येतो.]

नाथ : टा टा, मंडळी— आम्हाला निघायला हवं— (सेवाला) तू आता किती

दिवस घरात आहेस?

सेवा : हा आठवडाभर तर कुठं प्रवासाला जायचं नाही. तेरा तारखेला मुंबईला आमच्या विद्यावर्धिनी ट्रस्टची मीटिंग आहे.

नाथ : दॅट्स वंडरफुल. म्हणजे मला निश्चिंतपणे माझी नगरची कामं करायला हरकत नाही. मी तेरवा संध्याकाळपर्यंत परत येईन. आल्याआल्याच एक मीटिंग आहे. बाय देन— कॅरी ऑन ज्योत्या— (तिला थोपटतात. बाहेर जातात.)

[मागून सामानासह जयप्रकाश.]

सेवा : (बऱ्याच गंभीर.) मी एक विचारू ज्योती?

[ज्योती होकारार्थी मान हलवते.]

त्याच्याशी किती संबंध आलाय तुझा? स्पष्टच विचारायचं तर किती घसट घडली आहे तुमची?

ज्योती : तू विचारतेस त्या अर्थानं अद्याप नाही. आम्ही भेटतो, बोलतो एवढंच.

[सेवाचा सुटकेचा सुस्कारा. तरीही अस्वस्थच.]

सेवा : चल, मी आवरायला जाते माझं. आले तशीच बसले आहे.

ज्योती : मां, तुला मी फार त्रास नाही ना दिला?

सेवा : चल, वेडी! आणि आईला नाही तर कुणाला त्रास द्यायचा? मला फक्त तुझी काळजी वाटते—

ज्योती : सॉरी मां! तुझ्या आणि भाईंच्या मागे आधीच खूप व्याप आहेत— त्यात हे माझं आणखी...

सेवा... (थोपटत) खुळी आहेस. तुम्ही मुलं आम्हाला जड आहात की काय?

[ज्योती आत निघून जाते. सेवा किंचित्काळ व्यग्र उभी. फोन वाजू लागतो. तो वाजतो आहे हेही काही क्षण सेवाच्या लक्षात येत नाही. मग जाऊन ती रिसीव्हर उचलते. फोन मध्ये बोलू लागते.]

सेवा... हॅलो. कोण कुसुम? काय ग? बायका बसून आहेत? गोदरेजची ऑर्डर पुरी झाली का? मेहता कंपनीच्या मॅनेजरला फोन करून का बघत नाहीस? म्हणावं,काहीतरी काम द्या,बायका बसून आहेत. त्याला कल्पना आहे आ पल्या कामाची. काहीतरी काम काढील. वैतागेल,पण काम करील. (ऐकून)सुंदराबाईचा विचारच करायला लागेल. तिचं वागणं ठीक नाही—

[सेवा फोनवर बोलत असताना
क्रमशः अंधार.]

अंक पहिला
प्रवेश दुसरा

[संध्याकाळ. आधीचाच दिवाणखाना. दिवाणखान्यात कोणी नाही. बाहेरचे लॅचचे दार उघडते. ज्योती आत येते. पाठोपाठ अरुण आठवले. वय पंचविशीच्या आसपास. काळा. जरा उग्रच पण देखणा. दोघे आत आल्यावर ज्योती दार लावते. दार बंद झाल्याच्या आणि घरात एकटे असल्याच्या जाणीवेने ज्योती आणि अरुण अभावितपणे एकदम एकमेकांकडे पाहतात. दोघे अवघडलेले.]

ज्योती : (सावरत) बैस ना. सगळे कुठे कुठे गेलेत. येतीलच एवढ्यात. (अरुण सोफ्याकडे येतो. अवघडून बसतो.) जयप्रकाश— मोठा भाऊ माझा— एमं. एस्सी. करतोय. पाचच्या आसपास तो पोचतो. मां साडेपाचच्या सुमाराला येईल म्हणालीय. भाई खरं तर असणार होते, पण कुठं तरी गेलेले दिसतात. (चिठ्ठी शोधत जाते आणि तिला ती सापडते.) ही काय, चिठ्ठी ठेवलीय त्यांनी. साडेपाचपर्यंत पोचतो. पण नेम नाही. साडेसहापर्यंत पोचले तरी पुष्कळ झालं. आज बाकी पोचतील ते. तुला भेटायला उत्सुक आहेत ते. तू बैस, मी तोंडावर पाणी मारून येतेच— (निघते.)

अरुण : ज्योती—

ज्योती : (थबकून) काय रे?

अरुण : तू इथंच बस ना.

ज्योती : (येत) का रे? मी येतच होते—

अरुण : मोठ्या घरांची मला खात्री वाटत नाही.

ज्योती : खात्री वाटत नाही? आणि हे घर कुठं मोठं आहे?

अरुण : माझ्या बापाचं खोपट पाहिलंस तर कळेल तुला. आठ बाय दहाच्या त्या खोपटात आम्ही दहा मुलं-माणसं राहायचो. एकमेकाची ऊब साथीला

असायची. अंगावर कपडा नसला, पोटात अन्न नसलं तरी भय वाटायचं नाही. इथं शहरातली ही घरं मला देवमाशाच्या पोटासारखी वाटतात. आणि त्यात जो तो एकटा.

ज्योती : आमचं घर तरी असं नाही.

अरुण : काल रात्री निखिलबरोबर होष्टेल्वर राहिलो. विरोधविकासवाद समजावून सांगत होता तो. उशीर झाला, म्हणाला, झोप इथंच. तो पट्दिशी झोपला. मी जागा. वाटायचं, झोपलो तर घर खाईल.

ज्योती : चल. असं कसं वाटतं तुला? आणि आता गावाहून पुण्याला येऊनसुद्धा काही थोडेथोडके दिवस नाही झाले तुला. त्यात आत्ता तर रात्रसुद्धा नाही. चांगला दिवस आहे.

अरुण : त्यानं काय फरक होतो? ही मोठी घरं देवमाशासारखी कधीही माणूस गिळणारी.

ज्योती : मला तुझं काही कळतच नाही. कुणाला चोराची भीती वाटते, कुणाला दरोडेखोराची वाटते, भुताची वाटते. पण घराची कसली भीती? घरात तर उलट सुरक्षित वाटतं.

अरुण : मला रस्त्यात सुरक्षित वाटतं. रस्त्यात गर्दी जेवढी जास्त, तेवढा मी बिनधास असतो. सिमेंट काँक्रीटच्या चार भिंतींत एकटा सापडलो की भयानं काळजाचा नुसता गोळा होतो. वाटतं, एकदाचं गर्दीत पळून जावं.

ज्योती : बरं, मी चहा तर टाकते.

अरुण : नको टाकू.

ज्योती : मग काय करू?

अरुण : इथं बसून माझी सोबत कर.

ज्योती : नाहीतर असं करू या, मी चहा टाकते तोवर तू आत स्वयंपाकघरातच बसून गप्पा कर ना माझ्याशी. चल.

अरुण : नको, स्वयंपाकघरात बायकी पुरुष बोलत बसतात. आपण इथंच बसू ना.

ज्योती : (काहीशी दिङ्मूढ) बरं.

अरुण : तुला आश्चर्य वाटत असेल. हा असा काय असं वाटत असेल तुला.

ज्योती : नाही. तसं नाही.

अरुण : असंसुद्धा वाटेल की काय वैताग आहे.

ज्योती : असं का म्हणतोस?

अरुण : तसं होणार. कारण आपलं वळणच वेगळं आहे ना. मूळचं महारवाड्यावरचं वळण आपलं.

ज्योती : असं नको ना बोलूस.

अरुण : गांडीची लंगोटी फाटेपर्यंत अनवाणी मैल मैल निरोप पोचवीत रातबेराती, उन्हापावसातून फिरलेत पूर्वज आमचे— जोहार मायबाप ओरडत— बामणाचा चालता बोलता विटाळ म्हणून—

ज्योती : अरुण—

अरुण : पोटाला भिकेच्या शिळ्या वातड अन्नाचीच पिढीजाद सवय. मेलेल्या जनावराचं मांस चवीनं चघळणारी जीभ आमची. तुमच्या बिनसुरकुतीच्या टिनोपाल जगण्यात आम्ही बसणार नाही. वरणभात आणि वर साजुक तुपाच्या तुमच्या संस्कृतीशी आमच्या संस्कृतीचा संबंधच काय?

ज्योती : अरुण—

अरुण : माझ्याशी लग्गीन करून माझ्या बापाच्या खोपटात दोन दिवसांची शिळी भाकर आंबलेल्या कोरड्यासबरोबर न ओकता खाशील तू? सांग ज्योती. माझ्या आईबरोबर महारवाड्याच्या हागरडीत जाऊन रोज परसाकडे करशील? गोठ्यातल्या म्हशीसाठी वाडीवाडीवर घासाची गयावया भीक मागत हिंडशील? सांग की— सांग—

[ज्योतीने दोन्ही पंजांत तोंड लपवून घेतलेले.]

लग्न करायला निघाली माझ्याशी! राष्ट्र सेवा दलाची श्रमदान छावणी नव्हे आमचं आयुष्य म्हणजे. नरक आहे नरक! आयुष्य नावाचा नरक!

[ज्योती स्फुंदते आहे.]

सॉरी. डोकं आऊट झालं आपलं. असं होतं. तुला नवीन आहे हे. एकेकदा वाटतं, आग लावावी सगळ्या जगाला. खून-बलात्कार करावेत. रक्त प्यावं उच्चवर्णीय नावाच्या राक्षसाचं. मग माझा मीच शांत होतो, अंगात आलेलं उतरलं म्हणजे देवऋषी होतो तसा. मेल्यासारखा जगत रहातो. तुला त्रास दिला, माफ कर. मी त्रासदायकच आहे.

[ती स्फुंदण्याची थांबली आहे पण अजून चेहरा लपवून.]

माफ कर म्हणतो ना. कोण आलं तर म्हणतील मी काय केलं. धक्के मारून बाहेर काढतील. मला काय नाही, पण तुझंच लगीन राहून जाईल.

चालेल? चालेल का?
[ज्योती पंजांबाहेर चेहरा काढते. डोळे पुसू लागते.]
हसली रे हसली! एक बामणीण फसली! (टाळ्या वाजवून खिदळतो.)
[ज्योती हसू लागते. लॅचचे दार उघडून जयप्रकाश आत येतो. हे पाहतो. संकोचतो. मागे दार लावून घेतो.]

ज्योती : (दार बंद झाल्याच्या निसटत्या आवाजाने लक्ष जाऊन) कोण? प्रकाश!
[जयप्रकाश संकोचला आहे. भिडस्तपणे तो आत जाऊ लागतो.]
थांब ना. हा अरुण. (अरुणला) हा माझा भाऊ जयप्रकाश.
[अरुण आणि जयप्रकाश एकमेकांना औपचारिक नमस्कार करतात. ज्योतीकडे पाहून जयप्रकाशला कळले आहे की ती रडली आहे.]

जयप्रकाश : (आत जात) आलोच— (आत गेलेला.)

ज्योती : (डोळे पुसत आणि हसत) काय वाटलं असेल त्याला कोण जाणे—

अरुण : वाटलं असेल की मी तुला मारलं.

ज्योती : (काहीशा लाडात, हळूच) ज्या बे! मला मारतोय!

अरुण : का? तुला मारणं कठीण आहे?

ज्योती : मीसुद्धा कुणी हळूबाई इश्शबाई नव्हे— सेवादलातली आहे—
[अरुण तिला कळण्याआत तिचा हात धरून पिरगाळतो आणि सोडतो. हे एका क्षणात घडते. ज्योतीला वेदना. पण त्याहीपेक्षा शॉक. हे कसे घ्यावे तिला समजत नाही आहे. ती गोंधळली आणि दुखावली आहे. रडवेली दिसते आहे. हातावर फुंकर घालते आहे.]

अरुण : सॉरी. सालं एकदम होऊन गेलं. एकदम सॉरी. देशील ती सजा घेतो. कुणी चॅलेंज केलं की मग आपलं काही खरं नाही. फार दुखलं? बघू—
[बाहेरचे लॅचचे दार उघडून सेवा आत आलेली. दोघांना पाहते. दोघे सेवाला पहातात. ज्योती सावरते.]

ज्योती : मां, आलीस? हा अरुण. अरुण, ही माझी मां.
[अरुण नमस्कार करतो. सेवाला अरुणला पाहून फारसा आनंद झाल्याचे दिसत नाही. अरुणही आक्रसला आहे.]

ज्योती : मां, प्रकाश आधीच आला— आत आहे—

सेवा : हो. (पुढे येत) बसा ना. उभे का तुम्ही? नाथ कधी बाहेर गेला ग? जाणार नाही म्हणाला होता. परत कधी येणार आहे?

ज्योती : (अजून पुरती सावरलेली नाही.) आम्ही यायच्या आतच गेले होते ते. चिठ्ठी ठेवलेली आहे. साडेपाचपर्यंत नक्की पोचतो. ही काय. (चिठ्ठी शोधते. ती पट्कन मिळत नाही.)

सेवा : (तिच्या कावऱ्याबावऱ्या हालचाली पाहत) असू दे. चहाबिहा केलास का?

ज्योती : नाही. सवडच मिळाली नाही. (सेवाच्या नजरेला नजर भिडते.)

सेवा : अग, घरात कुणी पहिल्यांदा येतं तर चहा नाही का द्यायचा? जा, चहा टाक. मलाही टाक. आणि खाण्याचं काहीतरी कर. काल नाथनं आणलेली बिस्किटं फळीवरच्या बरणीत आहेत बघ. आणि हे बघ, प्रकाशला पाठवून दे इकडे—

[ज्योती 'हो' पुटपुटत आत जाते. अरुण बसल्या जागी अस्वस्थ आणि अवघडून आहे.]

सेवा : (अरुणला) बी.ए. करता का तुम्ही? ज्योती सांगत होती.

[अरुण गप्प.]

कुठले सब्जेक्ट्स आहेत?

[अरुण सांगतो. पण अस्वस्थ.]

पुढे काय करायचा विचार आहे?

अरुण : कशाच्या पुढे?

सेवा : बी.ए. झाल्यावर पुढे काय करणार?

अरुण : (सुचलेले उत्तर गिळीत) तसं अद्याप ठरवलं नाही. पाहायचं.

सेवा : ठरवायला हवं. नुसतं बी.ए. होऊन काय होणार?

अरुण : ते खरंच.

सेवा : हल्ली बी.ए. ला कुणी विचारत नाही.

[अरुण गप्प. अस्वस्थ.]

सेवा : खरं तर सायन्स किंवा कॉमर्स घेतलं तरच काहीतरी स्कोप असतो. तोसुद्धा फारसा उरला नाही. केवढी चढाओढ.

[अरुण बोअर होऊ लागलेला.]

महागाई वाढतेच आहे. पुण्यात मालकीची जागा घ्यायची म्हटली तरी सहज पन्नास-साठ हजार पडतात. राहता कुठे? स्वतःची जागा आहे?

[अरुण नकारार्थी मान हलवतो. वैतागू लागलेला.]

संसार करणं आजकाल सोपं राहिलं नाही. मुलांचं एक बाजूला ठेवलं तरी हक्काची एखादी खोली हवी. आजार आहेत, अडीअडचणी आहेत. लग्नाचा विचार करायचा तर आजच्या काळात जवळ बऱ्यापैकी पैसे हवेत. तेवढे नाहीत म्हटलं तरी एक सुस्थिर करिअर तर हवंच; एरवी आपल्याबरोबर आणखी बायकोला अकारण खस्ता.

अरुण : (दम संपलेला) आपल्याला तो प्रश्न नाही.

सेवा : नाही कसा? प्रत्येकालाच तो आहे.

अरुण : आपल्याला नाही. आपण हातभट्टी चालवणार!

सेवा : (धक्का बसून) काय?

अरुण : हो ना. हातभट्टीत बऱ्यापैकी पैसा असतो. फक्त त्याचं टेक्निक कळलं पाहिजे.

[सेवा अवाक्.]

दोन माणसांना फर्स्ट क्लास धंदा. बाप्यानं बाहेरचे हप्तेबिप्ते मॅनेज करायचे. बाईनं गिऱ्हाइकाला सर्व्ह करायचं. आंटी म्हणतात सगळे तिला. आंटी. ही दिसायला जेवढी चांगली तेवढा धंदा तेज—

[जयप्रकाश आतून चहा ट्रेत घेऊन आलेला.]

सेवा : (धक्क्यामधून बाहेर येऊन विषय बदलत) प्रकाश, हा अरुण आठवले.

जयप्रकाश : (थंडगार स्वर) हो ना. ओळख झाली आमची.

अरुण : (प्रकाशला) हातभट्टीबद्दल सांगत होतो यान्ला. (हट्टालाच पेटला आहे.) तर तो धंदा या दिवसात फार किफायतशीर. पुन्हा नवराबायकोत जमणारा. पोरं झाली तर ग्लासं, बश्या विसळणं, सिग्रेटी-पान आणून देणं यासाठी उपयोगी. टिपमध्ये पण कमाई भरपूर. अनेक हातांनी पैसा येतो.

[सेवाची अवस्था पाहून याला आता बरे वाटते आहे. जयप्रकाश तंग. ज्योती बाहेर येते. तिला परिस्थितीचा अंदाज येतो.]

ज्योती : (लटके हसत) हा अरुण, मां, कधी कधी उगीच कुणा-कुणाच्या फिरक्या घेतो.

अरुण : (सेवा-जयप्रकाशला) हिचं मनावर घेऊ नका. हिची माझी काल-परवाचीच ओळख. मला नीट ओळखत नाही ही.

ज्योती : (सावरून घेत) मला सगळं माहीत आहे—

अरुण : (सहजपणे) तुला झ्याटसुद्धा माहीत नाही, गप्प राहा!

[सगळेच हादरलेले. ज्योती गोंधळलेली. दाराची बेल वाजते खच्चून.]

ज्योती : (सुस्कारा टाकत) हे भाईच. (जवळ जवळ धावत दार उघडायला जाते.)

ज्योती : (दार उघडून समोर पाहत सुटकेच्या आनंदाने) भाईच आले.

नाथ : (आत येत पाहत) सॉरी, उशीर झाला मला. पार्टी ऑफिसमधून निघालो
तेवढ्यात एकानं गाठलं. बरं काम जेन्युइन, नाही म्हणता येईना. तरी
वाटलं होतं त्यापेक्षा लौकरच पोचलो.

[तरी सर्व गंभीर.]

ज्योती : भाई, हा अरुण. (अरुणला) हे वडील माझे.

[अरुण नमस्कारही करू इच्छित नाही.]

नाथ : (पुढे होऊन त्याचा हात हाती घेऊन) व्हेरी, व्हेरी ग्लॅड टू मीट यू, यंग
मॅन. तुझ्याबद्दल ऐकून होतो. (ज्योतीला डोळा घालतात.) काय ऐकून
होतो ते मात्र आम्ही काही केल्या सांगणार नाही बरं का. (त्याला
आपादमस्तक पाहत) वा. माणसानं असावं तर असं—— ताठ. मोडेन
पण मान झुकवणार नाही. बहोत अच्छे! (जयप्रकाशला) जयबाबू,
शिका, याच्यापासून काही शिका. आमचा जयप्रकाश कामाला वाघ
पण बाकी अगदीच अहिंसक मध. माणसात रग पाहिजे, रग. (ज्योतीला)
याला काही खाऊपिऊ घातलंस की नाही ग? (सेवाला) बघ, तुझ्याहून
ही ज्योती भाग्यवान. कसा मॅन्ली नवरा गटवलान! पुन्हा क्रिएटिव्ह. कविता
करतो. (अरुणला) म्हण ना. तुझी एकादी कविता आम्हाला सुनाव.

[अरुण मख्ख उभा. इतरही गंभीर.]

ज्योती : (कशीबशी) भाई, तुम्हाला चहा?

नाथ : हा काय प्रश्न झाला? चहाशिवाय जगण्यात काय अर्थ आहे? आणि
याला पुन्हा माझ्याबरोबर.

[ज्योती आत जाते.]

नाथ : (अरुणला नेऊन बसवतात. त्याच्या शेजारी बसतात. त्याचा हात हाती
घेऊन) आय ॲम रिअली, रिअली हॅपी, अरुण भैया. चहा पिऊन आपण
सेलब्रेट करू. दारूसुद्धा आम्हा समाजवाद्यांच्यात हल्ली तशी चालते, पण
मी त्याबाबतीत जरासा जुनाटच आहे. गांधींचा किडा आम्हाला ऐन
उमेदीत चावला ना. त्यानं काही गोष्टी कायमच्या गेल्या. दारू गेली,
छानछोकी गेली. आणि आहेस कुठे? (लटक्या हलक्या स्वरात) ब्रह्मचर्य

हेच जीवन बनणार होतं. पण एक अपघात झाला बघ. (त्याला डोळा घालतात.) गोड अपघात म्हणतात तसा. तुला झाला त्यापैकीच.

सेवा : (गंभीर मुद्रा.) नाथ, तुला कपडे बदलायचे नाहीत?

नाथ : नंतर. सेवा. आजपर्यंत जातपात तोडोच्या नुसत्याच घोषणा आपण केल्या. अनेक आंतरजातीय विवाहांना मी उपस्थित राहिलो आणि भाषणंदेखील ठोकली. आज खऱ्या अर्थानं आपण जातपात तोडली आहे. माझं घर खऱ्या अर्थानं भारतीय बनलं आहे. त्यामुळे आपण फार खुशीत आहोत आज. आज कपडे बदलण्याची गरज नाही. मीच नवा झालो आहे. (अरुणला) माय फ्रेंड, डु यू स्मोक? मी स्वतः ओढत नाही, पण म्हणालास तर आहे. परदेशाहून तो अनू परवा आला— कसल्या तरी जागतिक कॉंग्रेसला गेला होता— त्यानं पाकिटं दिली. म्हणाला, दे कुणाला द्यायची तर. (सेवाला) कुठं ठेवली आहेत ग ती? आण, आण—

[सेवा अनिच्छेने आत निघून जाते.]

(जयप्रकाशला) उभा का तू? अरे बैस. तुम्ही गप्पा करायच्या. एका पिढीचे तुम्ही. मी आपला उगीच शिंगं मोडून मध्ये लुडबुडतो आहे.

[सेवा सिगरेटचे पाकीट आणून पुढे टाकते.]

अग एकच का आणलंस? बाकीची ठेवून करायचीत काय? का ओढली कुणी? (जयप्रकाशकडे मिष्किलपणे पाहतात.)

जयप्रकाश : (गंभीर) मला माहीत नाही.

नाथ : मलाही माहीत नाही. म्हणजे या सेवानं नाहीतर ज्योतीनं ओढलेली दिसतात!

सेवा : शीः!

नाथ : अग वाईट काय आहे त्यात? परवा कुठे वाचलं की ती नाचणारी सोनल मानसिंग सिगार ओढते! कल्पना कर अरुण, नाच करणारी नाजूक डौलदार कटीची सुंदर भारतीय बाई चर्चिलसारखा तोंडात चिरूट असा धरून दातांनी चावीत विचारते आहे. ऑय लॉईक सिगार्स! सो व्हॉट? अरे आमच्या काळी स्वप्नात सुद्धा अशक्य होतं हे! अगदी माझ्या तोंडात सिगार दिसता तर माझ्या बापानं आधी कानाखाली आवाज काढून विचारलं असतं, यू लाइक सिगार काय? गेट आऊट! घरातून बाहेर हो

आधी! आणि आज सोनल मानसिंग जाहीर मुलाखतीत म्हणते, आय लाइक सिगार्स. (खाजगीत) इतकंच नाही. म्हणते अँड अ गुड— यू नो व्हॉट! (डोळे मिचकवतात. मनापासून हसतात.) काळ बाकी फारच बदलला. (अरुणला) तुला सांगतो, कधी कधी एकटा बसलो ना, की वाटतं स्वप्नच आहे सगळं. सगळं उलटच दिसायला लागतं. अरे तुम्ही दलित मंडळी तरी अशी दंड थोपटून उभी राहाल असं कुणाला वाटलं होतं? (हाक मारीत) ज्योतीबा, खायला काही आणता की नाही? इथं आम्हाला भुका लागल्या. (अरुणला) आमच्या काँग्रेसवाल्या मित्रांप्रमाणे आमचीही भूक मोठीच. फक्त आम्ही नुसतेच अन्न खाणारे. (टाळी मागतात. अरुण ती देण्याला अनुत्सुक.)

[ज्योती आतून ट्रेमधून चहा, खाणे घेऊन येते. ठेवते.]

(ते पाहात) गुड गुड. दॅटस् लाइक अ गुड गर्ल. (अरुणला) घे. चहा आणि खाणं, फार वेळ समोर ठेवू नये. उचल. संकोच करू नकोस. (स्वतः उचलून त्याला देतात. स्वतः घेतात.)

नाथ : (इतरांना) त्वरा करा नाहीतर सर्व संपेल. (खात पीत) आपण आज अगदी आनंदात आहोत. (अरुणच्या मांडीवर थोपटत) थँक यू अरुण, थँक्स फॉर गिव्हिंग अस द प्लेझर. (ज्योतीला) तुझेसुद्धा खरं म्हणजे आभार मानायला हवेत ज्योत्या, पण तू तर घरचीच.

[सर्व गंभीर.]

(गांभीर्य लक्षात येते.) मीच जास्त बोलतो आहे. आता मी जरा स्वरयंत्राला विश्रांती देतो. (गप्प होतात.)

[कुणीच बोलत नाही. वातावरणात ताण.]

अरुण : (उठत) मी निघतो.

नाथ : (आश्चर्य वाटून) निघतोस? इतक्यातच? कविता ऐकायची होती तुझी.

अरुण : जरा काम आहे. (ज्योतीला) मी निघतो, ज्योती. (निर्णायकपणे दाराकडे जातो.)

[ज्योती मागे जाते.]

अरुण : (दार उघडून) अच्छा. (बाहेर जाऊन लॅचचे दार लावून घेतो.)

[किंचित्काळ स्फोटक स्तब्धता.]

नाथ : (नापसंतीने) नको तेव्हा तुम्ही सगळे गंभीर का तेच मला कळत नाही.

त्याला काय वाटलं असेल?

सेवा : काही वाटलं नाही.

नाथ : धिस इज नॉट करेक्ट. तो मुलगा कधी नव्हे तो आपल्या घरी येतो. ज्योती त्याला आणते—

जयप्रकाश : म्हणूनच आम्ही त्याला सहन केला.

नाथ : (सात्त्विक रागाने) का? सहन करण्याचा प्रश्न कुठे आला?

सेवा : तुला काही माहीत नाही.

नाथ : काय माहीत नाही? चांगला उमदा आणि तेज मुलगा आहे.

जयप्रकाश : तुम्हाला ठाऊक नाही—

नाथ : (वैतागत) माहीत नाही, ठाऊक नाही. असं काय तुम्हाला ठाऊक आहे ते तरी कळू द्या.

सेवा : आपल्यासारख्या घरात बसणारा तो नाही—

नाथ : (तीक्ष्णपणे) का? दलित म्हणून?

सेवा : (तीव्रपणे) विशाल दृष्टिकोन फक्त तुझाच आहे असं समजू नकोस. आम्हालाही जातीपातीपलीकडे बघता येतं.

नाथ : मग काय म्हणून तो आपल्या घरात बसू शकत नाही?

सेवा : त्याला संस्कृती नाही.

नाथ : (आवेशाने) व्हॉट डु यू मीन बाय दॅट? संस्कृती काय तुम्हा लोकांचीच वडिलोपार्जित इस्टेट आहे? चांगला मुलगा आहे तो— वेल बिहेव्ड आहे— संस्कृती असल्याशिवाय हे घडतं काय?

जयप्रकाश : भाई,.तुम्हाला सर्व माहिती नाही.

नाथ : पुन्हा तेच! काय माहिती नाही मला?

सेवा : हे बघ, तुझ्यापुढे तो ठीक होता पण तू येण्याआधी त्याचं जे काही मी पाहिलं ते मुळीच ठीक नव्हतं.

नाथ : काय पाहिलंस? दृष्टी पूर्वग्रहदूषित असणार तुझी—

जयप्रकाश : भाई, मांवर उगीच आरोप करू नका. मीही पाहिलं, ऐकलं ते— ठीक नव्हतं इतकंच म्हणतो मी. आता तुम्ही म्हणाल, माझीही दृष्टी दूषित आहे म्हणून. म्हणा. पण मला तो मुळीच पटलेला नाही. आय काण्ट टॉलरेट हिम. (ज्योतीला) सॉरी, ज्योती. (नाथना) पण तुम्ही कुणी नसतात तर एक तर तो बाहेर गेला असता किंवा मी गेलो असतो.

नाथ : (जाणून घेतलेच पाहिजे या निकराने) तपशील सांगा मला. नुसतेच मोघम बोलत राहू नका.

जयप्रकाश : मांला हातभट्टीबद्दल ऐकवत होता तो.

नाथ : मग काय झालं? हातभट्टी हेही समाजातलं एक सत्य आहे.

सेवा : ऐकायचंय तुला, काय सांगत होता तो मला ते? बायकोला घेऊन हातभट्टी घालण्याच्या गोष्टी ऐकवत होता! मुलं होतील ती म्हणे ग्लासं विसळायला आणि पानं आणून द्यायला उपयोगी येतील!

नाथ : (गोंधळलेले पण सावरत) उघडच मस्करी करत होता तो—

जयप्रकाश : त्याला ऐकायला हवा होता तुम्ही. उद्धटपणा ओतू जात होता नुसता.

नाथ : तसा भास झाला तुम्हांला. खोट्या पाश्चिमात्य नम्रतेची सवय झालीय ना आपल्याला. साधं, सरळ, परखड बोलणं सहनच होत नाही.

जयप्रकाश : मांचं आणि माझं एक वेळ राहू द्या. या ज्योतीला काय म्हणाला तो, ऐकायचं आहे? ही त्याची बाजू घ्यायला गेली तर हिला म्हणाला, तुला (जरा अडखळून) झ्याटसुद्धा कळत नाही, गप्प राहा. या घरात, या घरातल्या मुलीशी त्याची ही— ही अशी भाषा! मांसमोर!

नाथ : (जरा अडतात; पण लगेच) अरे त्याच्या भाषेवर जाऊ नका—

सेवा : ज्योती, मी आले तेव्हा तुमचं काय चाललं होतं?

ज्योती : (गोंधळून) काय?

जयप्रकाश : मी आलो तेव्हा हिच्या डोळ्यांत पाणी होतं. तो टाळ्या पिटीत 'एक बामणीण फसली' म्हणत होता. ही नक्कीच रडली होती. होय की नाही ज्योती?

[ज्योती मानेने होकार भरते.]

ज्योती : पण ते तुम्हाला वाटलं तसं नव्हतं—

सेवा : मी आले तेव्हा उजव्या कोपरावर फुंकर का घालीत होतीस तू , ज्योती?

ज्योती : (किंचित वेळ घेऊन) त्यानं...माझा... हात पिरगाळला होता.

[सेवा विजयी चेहऱ्याने नाथांकडे पाहते.]

पण ते सुद्धा तुम्हाला वाटलं तसं नव्हतं—

सेवा : मग काय मजेत हात पिरगाळला त्याने?

ज्योती : नाही. पण त्याला वाईट वाटलं लगेच, असं केलं त्याचं. सॉरी म्हणाला तो. मनापासून.

जयप्रकाश : (उपरोधिक स्वर) सॉरी म्हणाला! कोण म्हणेल याला संस्कृती नाही म्हणून? सोयीची असते तेव्हा यांना संस्कृती असते!

नाथ : (गंभीर) हे बघा, सहजी समजायला तो कुणी नेहमीचा मध्यमवर्गीय माणूस नव्हे—

सेवा : जशी काही मध्यमवर्गीय नसलेली माणसं आम्ही कुणी पाहिलीच नाहीत!

नाथ : तो केवळ मध्यमवर्गीयच नव्हे असं नाही तर दलित आहे. आत्यंतिक दारिद्र्यात, अवहेलनेत वाढला आहे. या माणसांचं मानसशास्त्र वेगळं असतं. यांना नीट समजून घ्यायला हवं आपण. आणि ते सोपं नाही—

सेवा : या विषयावर मी तुझं अभ्यास मंडळ अटेंड करायला तयार आहे वाटलं तर; पण इतकं नक्की की माझ्या ज्योतीचा नवरा म्हणून मला तो मान्य नाही.

नाथ : हे बघ सेवा, समाजात नवे बदल घडावेत असं नुसतं म्हणून ते घडत नसतात. त्यासाठी आपण पुढाकार घ्यावा लागतो. जुन्या समाज-सुधारकांनी विधवाविवाहांचा नुसताच तोंडी आणि लेखी पुरस्कार केला नाही तर त्यातल्या अनेकांनी ते स्वतः केले. ते केले तेव्हा तेही प्रयोगच होते. अवघड प्रयोग होते. पण केले ते त्यांनी.

सेवा : म्हणजे माझ्या पोरीचं आयुष्य प्रयोगावारी समजू मी असं तुझं म्हणणं? तुला जमणार असलं तर तू बघ, मला ते शक्य नाही. आई आहे मी तिची. आणि मला विचारशील तर त्याच्याबरोबर तिचं आयुष्य सुखी होणं कधीही शक्य नाही. मला तरी त्याबद्दल आता शंका नाही.

नाथ : तो इथं होता त्या चुटपुटत्या वेळातल्या परिचयात तू त्याच्याबद्दल फायनल जजमेंटही देऊन मोकळी झालीस? ही घाई होते आहे सेवा—

सेवा : असू दे. त्याच्याशी ज्योतीचं लग्न होणं मला मान्य नाही.

[किंचित स्तब्धता. ताण.]

नाथ : (जयप्रकाशला) आणि तू? तुला असंच वाटतं प्रकाश?

[जयप्रकाश होकारार्थी मान हलवतो.]

नाथ : ज्योती, तूच खरं म्हणजे या बाबतीत आता काही जास्त बोलू शकशील. आम्ही नाही म्हटलं तरी त्या मुलापासून दूरचे. त्याला जेमतेम अर्धा तास भेटलेले. तुला काय वाटतं? हा मुलगा तुला कसा वाटतो? तू त्याच्याशी लग्न करायचं म्हणतेस हे जरा बाजूला ठेवून सांगता आलं तर सांग. म्हणजे

आम्हाला आमचा विचार करायला मदत होईल.

ज्योती : (अवघडलेली. विचारात पडलेली. मग) भाई मी प्रथम तुम्हाला बोलले तेव्हाच म्हटलं होतं की त्याची मला फारशी माहिती नाही. त्याच्या कवितेतूनच मी त्याला काय ते जाणलं असेल. त्यानं विचारलं आणि मी सहजपणे हो म्हणाले. त्यानंतर खरं तर तो मला थोडा थोडा कळतो आहे, कळतो आहे म्हणण्यापेक्षा त्याच्याविषयी मला कळतं आहे. आणि तरी मध्येच तो असा काही वागतो, की मला वाटतं हा मला कळलाच नाही. एकेकदा मला त्याच्याविषयी विश्वास वाटतो आणि दुसऱ्या क्षणी मी लांब फेकली जाते. वाटतं की करते आहे ते बरोबर आहे का? भीती वाटते. पण माझं मन मला सांगतं भाई, की तो मनानं वाईट नाही. दुष्ट नाही. गुंतागुंतीचा आहे. माणसं गुंतागुतीची असतात. हा गुंता त्याच्या परिस्थितीनं निर्माण केला असेल. मला हा गुंता समजावून घ्यायला हवा. हा टाकून पळून जाणं खरं नाही. एकदा समजला की हा गुंता मला सोडवता येईल. सोडवणं नाही जमलं तरी मग मला तो घाबरवणार तरी नाही—

नाथ : त्याला हो म्हणणं चुकलं असं काही तुला वाटतं, ज्योती?

ज्योती : (थांबून) क्वचित. पण चूक की बरोबर याला आता अर्थ किती? मी हो म्हटलंय आणि आता मला त्यातून पळता येणार नाही.

सेवा : का नाही? दुबळेपणापोटी एखाद्या क्षणी दिलेल्या शब्दाचा फेरविचार जरूर होऊ शकतो. तुला जमत नसेल तर आम्ही तुझ्या वतीने हे त्याला कळवू—

ज्योती : तसं करण्याची माझी इच्छा नाही. मी त्याच्याशी लग्न करणार आहे.

जयप्रकाश : मला मान्य नसलं तरी?

नाथ : थांब, प्रकाश. तिच्यावर दडपण आणू नकोस. तिचा निर्णय तिनं तिच्या विचारानं घ्यायला हवा.

जयप्रकाश : विचार न करता तिनं तो घेतला आहे असं तीच म्हणाली.

नाथ : हे तीच म्हणाली याचा अर्थ तिचा विचार आता जागा आहे ना? तिच्या विचाराने ती आधी घेतलेला निर्णय बदलू शकते.

ज्योती : मला तो बदलायचा नाही, भाई.

सेवा : ज्योती, भलत्या भरीला पडून आयुष्य दुःखाचं करून घेऊ नकोस, तुला सांगते.

ज्योती :	माझा निर्णय कायम आहे.
नाथ :	हट्टानं तर तू असं म्हणत नाहीस?
ज्योती :	नाही.
सेवा :	परिणामांची कल्पना तुला आहे?
ज्योती :	हो.
नाथ :	ठीक आहे. तिनं तिचा निर्णय घेतला आहे. यानंतर या विषयावर चर्चा बंद. आपण सर्वांनी मतभेद विसरून ज्योतीमागे उभं राहायला हवं. मनःपूर्वक तिला लागेल ती मदत द्यायला हवी. काय प्रकाश?
जयप्रकाश :	(प्रयत्नपूर्वक आणि मनाविरुद्ध) हो. प्रयत्न करीन.
नाथ :	प्रयत्न नाही, मदत करायची. आपल्या घरात खऱ्या अर्थानं आपण लोकशाही आचरणात आणली आहे. तीच प्रथा पुढे चालली पाहिजे. मतभेद स्पष्ट बोलायचे, पण निर्णय त्या त्या माणसाचा. मग सर्वांनी त्याला सपोर्ट करायचं.
सेवा :	ते माणूस भलतीच वाट चालत आहे असं कळलं तरी?
नाथ :	होय, तरी. आपण सांगायचं. ते सांगितल्यावर त्या माणसानं घेतलेला निर्णय हा विचारानं घेतलेला निर्णय मानून तो सर्वांनी पत्करला पाहिजे.
सेवा :	मला हे जमणार नाही. तुझी लोकशाही तू सांभाळ, मला ज्योतीचा निर्णय तद्दन अविचारीपणाचा वाटतो आणि तिची आई म्हणून मला तो पत्करता येत नाही. घर म्हणजे काय तुझा पक्ष आहे असली शिस्त लादायला?
नाथ :	मग तू काय करणार आहेस?
सेवा :	विरोध, या लग्नाला. तुझ्या भाषेत, पक्षाची शिस्त मोडून बंड करणार आहे. आणि तुला तरी ज्योतीचा निर्णय शहाणपणाचा वाटतो? बाप म्हणून तुझ्या सद्विवेकबुद्धीला स्मरून बोल! उगाच गोलमाल नकोय.
जयप्रकाश :	खरं आहे, भाई. तुमचं स्पष्ट मत काय आहे?
नाथ :	मी ज्योतीच्या बाजूचा आहे. तो मुलगा ज्या परिस्थितीतून आला त्या परिस्थितीनं त्याच्या स्वभावात काही गाठी निर्माण केल्या असणं साहजिकच आहे. त्या नसत्या तरच नवल. पण म्हणून काही तो वाईट ठरत नाही. ही मे नॉट बी अ जंटलमन बट ही इज ऑल्सो नॉट अ स्काउंड्रल. माणूस म्हणून त्याच्यात पोटेन्शल आहे. बुद्धी आहे, रग आहे, प्रतिभा आहे. त्याच्या परिस्थितीत तो इथवर पोचला हे सोपं नव्हे. त्यामागे

धडपड आणि तपश्चर्या आहे. तुम्हाला कल्पना करता येणार नाही या समाजातल्या माणसांना पुढे येण्यासाठी काय काय करावं•लागतं. सोनं आहे, ते शुद्ध करून त्यातून मूर्ती घडवायला कुणी तरी हवं. ही काळाची गरज आहे. हे काम ज्योतीसारख्या मुलींनी केलं नाही तर दुसरं कोण करणार? कठीण आहे म्हणून हे काम न करून कसं चालेल? त्यातून तिनं शब्द दिला आहे. लक्षात घ्या, या तळागाळातल्या समाजाचा आपण पूर्वी भरपूर विश्वासघात केला आहे, आपण त्यांचे भरपूर अपराधी आहोत. त्यात दिला शब्द फिरवून ज्योतीनं आपली जिम्मेदारी आता अंगाबाहेर टाकणं म्हणजे एक प्रकारे विश्वासघातच ठरेल. आव्हान टाकून मैदानातून पळ काढणं ठरेल. माझ्या मुलीनं हे करणं मला लाजिरवाणं वाटेल. (ज्योतीकडे गेलेले, सौम्यपणे) आय ॲम वुईथ यू, ज्योती. तू करते आहेस ते शहाणपणाचं असेल की मूर्खपणाचं; पण एक नक्की की ते सुसंस्कृत माणुसकीला धरून आहे आणि म्हणून मी तुझ्यामागे आहे. गो अहेड माय चाइल्ड, काय होतं ते आपण बघू या.

[प ड दा.]

अंक दुसरा

प्रवेश पहिला

[पहिल्या अंकातलाच दिवाणखाना.
काही काळ लोटला आहे.
बेल वाजते.
सेवा आतून येऊन दार उघडते.
ज्योती दमून नोकरीवरून आलेली. ती आता काहीशी कृश वाटते. प्रौढ
वाटते. थकलेली दिसते. गळ्यात साधे मंगळसूत्र. आत येते.
सेवाकडे बघते. आत जाऊ लागते.]

सेवा :   रात्री कुठं होतीस विचारायचं का?

ज्योती :   दीनानाथच्या खोलीवर. तिथं आम्हाला उशीर झाला. मग तिथंच झोपलो.

सेवा :   (राग आवरत) फोन करून 'येणार नाही' असं कळवतां येत नव्हतं?

ज्योती :   तिथं फोन नव्हता.

सेवा :   जवळपास एखाद्या हॉटेलात तर असेल? आम्ही इथं रात्रभर जागे होतो.

ज्योती :   (थकलाच सूर) मी सांगितलंय तुम्हाला——

सेवा :   (तोल जाऊ बघतो) सांगितलंय ! वाट बघत जाऊ नकोस. आले तर
येईन. नाहीतर येणार नाही ! हे घर आहे. खाणावळ नाही, ज्योती !
[ज्योती यावर बोलणे टाळून आत जाऊ लागते.]
हे चालणार नाही. घरातली एक म्हणून तुझी काही जबाबदारी आहे की
नाही? लग्न झाल्यापासून हे काय वागणं चाललंय तुझं? रात्री एक वेळ
फोन मिळाला नसेल, दिवसभरात तर करता येत होता !

ज्योती :   ऑफिसच्या कामात वेळ मिळाला नाही. खरंच नाही.

सेवा :   घरात घरातल्यासारखं राहता येत नसेल तर आपली वेगळी व्यवस्था
पाहावी ज्यानं त्यानं.
[ज्योती सेवाकडे एक दृष्टिक्षेप टाकून हे ऐकल्याचं दाखवून आत जाऊ

लागते.]

मला एक त्रास द्या, पण नाथ झोपत नाही तुझा रात्री पत्ता नसला की. दोन दोन वाजेपर्यंत काळजी करीत बसतो. त्याचा तरी विचार करा. तो तर तुमच्या लग्नाला अनुकूल होता ना? स्वतःच्या लग्नात नसेल इतका नाचत होता तो तुमच्या लग्नात.

ज्योती : पुन्हा करणार नाही—— (वळून आत जाऊ लागते.)

सेवा : त्या वचनांना काही अर्थ? करणार नाही म्हणून पुन्हा तेच करायचं!

ज्योती : हे बघ मां, सगळंच माझ्या हातात असतं तर असं झालं नसतं.

सेवा : असं म्हणून तू मोकळी होऊ शकतेस असं वाटलं तुला? तुझ्या इच्छेनं तुझं लग्न ठरवलंस तू आणि केलंस.

ज्योती : पुन्हा तो विषय आता कशाला, मां? प्लीज——

सेवा : या घराची सगळी घडी तुझ्या लग्नापासून विस्कटून गेलीय. तू तरी पूर्वीची राहिली आहेस असं तुला वाटतं? या घराच्या आसऱ्याला राहणारी परकी बाई असावी तशी इथं आहेस तू. ना कुठल्या कामाला उपयोग, ना काही विसंबण्याची सोय. तू तुझ्याच नादात. गेलीस म्हणजे पुन्हा कधी येशील त्याचा नियम नाही. आलीस की येणार ही अशी पाहुणीसारखी——

ज्योती : मी म्हटलं ना 'सॉरी'.

सेवा : हे मला मुळीच मान्य नाही, सांगते.

ज्योती : मग मी काय करू म्हणतेस? घर सोडून जाऊ?

सेवा : वर हा उद्धटपणा! हा तुझा नाही, कुणाचा ते मला चांगलं कळतं.

ज्योती : एक तर हा उद्धटपणा नव्हे. असलाच तर तो माझाच आहे.

सेवा : (एकदम भरून यावे तशी) कशी होतीस तू ज्योती आणि कशी झालीस! माझ्याबद्दल मी काहीच म्हणत नाही, पण त्याला फार त्रास होतो! (आवेग आवरते आहे प्रयासाने.)

[काय म्हणावे हे न कळून ज्योती स्तब्ध. आतून जयप्रकाश आलेला.] हल्ली कशात लक्ष नसतं त्याचं. सारखा विचारात असतो.

ज्योती : (सौम्यपणे) आता जाऊ मी आत?

सेवा : वाटेल तिकडे जा! तुला कोण अडवणार?

[ज्योती आत जाते. सेवा किंचित्काळ व्यग्र उभी.]

जयप्रकाश : मां, किती दिवस तू आणि भाई हा त्रास करून घेणार?

सेवा : करून घेत नाही, होतो.

जयप्रकाश : एकदा ठरलं ना की हे असंच असणार? मग झालं तर.

सेवा : म्हणणं ठीक आहे.

जयप्रकाश : भाई आता का अस्वस्थ होतात, मला कळतच नाही. त्यांनीच तर लग्नाला पाठिंबा दिला. इतकंच नाही, पुढाकार घेतला होता लग्नात.

सेवा : तुला मुलगी झाली, ती मोठी झाली म्हणजे तुला कळेल.

जयप्रकाश : पण ज्योतीची जर तक्रार नाही, तर तुम्ही का उगाच त्रास करून घेता?

सेवा : म्हटलं ना, तुला आता कळणार नाही. (जाणवून) कसं घर होतं आपलं, कसं वातावरण असायचं घरात !

जयप्रकाश : ते कायम तसंच कसं राहणार? सगळंच बदलत असतं. बदलत्या परिस्थितीशी जमवून घेतो तोच टिकतो— जीवशास्त्रातला कायदा आहे.

सेवा : परिस्थितीप्रमाणं बदलायला आमच्या गुरुजींनी आम्हाला शिकवलं नाही. तुम्ही परिस्थिती बदलू शकता असं ते म्हणत. आम्ही परिस्थिती बदलणारे आहोत अशा तोऱ्यात आम्ही जगलो.

जयप्रकाश : तेच तुमच्या सगळ्या दुःखाचं मूळ आहे. परिस्थितीचे स्वतःचे बदलण्याचे नियम असतात; ती थोडीच कुणासाठी थांबते?

सेवा : खरं आहे. आता कळतं. पण वळलं पाहिजे ना?

जयप्रकाश : स्वतःच्या इच्छेनं, राजीखुशीनं ज्योतीनं एक निर्णय घेतला, तर आता जे घडेल ते तिच्या वाट्याचं ती भोगेल. मी उद्या एखादा निर्णय घेतला तर त्यामुळे माझं जे होईल ते मलाच भोगलं पाहिजे. तुमचा यात काय संबंध? आणि तुम्ही कशासाठी त्रास करून घेता? मी तर म्हणतो, आम्हाला तुम्ही खाऊपिऊ घालून मोठं केलं, पुष्कळ झालं. आता आम्हाला आमच्यावर सोपवा.

सेवा : तरी त्रास होतो.

[बेल वाजते. जयप्रकाश जाऊन दार उघडतो. नाथ आलेले. थकलेले वाटतात.जयप्रकाश हातची छोटी 'ओव्हरनाइट' सुटकेस घेतो.]

नाथ : (जवळच्या फायली टेबलावर टाकीत) बेल-बेल-बेल. काय चाललं होतं? हाऊ इज एव्हरीबडी?

जयप्रकाश : फाइन !

नाथ :	आज दिवस फारच धकाधकीचा गेला. व्हेरी हेक्टिक डे. हाऊसमध्ये हरकतीचे मुद्यांवर मुद्दे निघत होते. एक वॉक आउट झाला. मध्ये अर्धा तास आरडाओरडा आणि बाकं वाजवण्याचा कार्यक्रम चालला होता. त्यात कोण कोण कामं आणि कटकटी घेऊन भेटायला! कशीबशी चारला टॅक्सी पकडून निघालो.
सेवा :	आणि त्यात रात्री झोपला नव्हतास तू. पुन्हा पहाटे उठून 'डेक्कन' पकडायला गेलास. आज खर तर मुंबईलाच राहायला हवं होतंस तू. विश्रांती तरी मिळाली असती.
नाथ :	दॅटस् ऑल राइट! अग उद्या सुट्टीच होती ना. एरवी दिवसा सेशनमध्ये कुणाच्या तरी लांबलचक भाषणात एक झकास डुलकी काढताही येते. आज जमलं नाही. प्रकाशबाबू, एक कप गरमागरम चहा देणार? (जाणवून एका अगत्याने सेवाला) ज्योत्या आला?
सेवा :	तुमच्या आधीच येऊन पोचलीय.
	[नाथना एकदम हलके वाटलेले दिसते. जयप्रकाश आत गेलेला.]
नाथ :	कशी आहे ती? ठीक आहे ना? तसं विशेष काही नव्हतं ना?
सेवा :	मी विचारलं तर म्हणाली, रात्री एका मित्राकडे फार उशीर झाला म्हणून तिथंच झोपलो. तेच, नेहमीचं उत्तर. काळजी केली म्हटलं तर म्हणे काळजी करू नका म्हणून सांगितलं नव्हतं? रात्री एक वेळ राहिली, सकाळी तर घरी येता येत होतं? ते जमलं नाही तर निदान दिवसभरात एक फोन? ऑफिसमध्ये फोन होता ना?
नाथ :	नसेल वेळ झाला कामात—
सेवा :	आणि काळजीनं आम्ही इथं मरत होतो त्याचं काहीच नाही! कुठल्या परिस्थितीत आज मुंबईला गेलास तू? एक फोन करायला वेळ नव्हता तिला!
नाथ :	हे बघ, ज्योती तशी चांगली मुलगी आहे. तिला कळत नसेल का आपण म्हणतो ते? तरीही ते तिला जमत नसेल, तर त्याला काहीतरी तसंच कारण असलं पाहिजे.
सेवा :	ठाऊक आहे मला काय कारण ते. तो— तो कारण आहे सगळ्याला.
नाथ :	असला तरी आपण स्वीकारायला हवी ही नवी परिस्थिती. लग्न केलंय ज्योतीनं त्याच्याशी.

सेवा : तू स्वीकार. तू उत्साहानं लावून दिलंस ना लग्न.

नाथ : मग काय करायला हवं होतं?

सेवा : होऊ द्यायला नको होतं हे लग्न आपण.

नाथ : सेवा, ज्योती कायद्यानं 'मेजर' मुलगी होती. तिच्या मनानं हे लग्न करण्याचं घेतलं होतं. आपण लावून दिलं नसतं तर हे लग्न करायची ती थांबली असती थोडीच? अग, हा पूर्णपणे तिच्या पसंतीचा प्रश्न होता. आपण कोण यात आपलं म्हणणं खरं करणारे?

सेवा : पोरगी जाणूनबुजून खड्ड्यात उडी घेते तर काय तू तिला ती घेऊ देणार?

नाथ : देणार, देणार. याबद्दल एवढीदेखील शंका माझ्या मनात नाही, बघ. मी मला वाटतं ते दहादा सांगेन, मतपरिवर्तनाचा प्रयत्न करीन आणि तरीही कुणी खड्ड्यात उडी घेत असेल तर मुळीच अडवणार नाही.

सेवा : पोटच्या मूर्ख पोरीलासुद्धा?

[जयप्रकाश ट्रेमधून चहा घेऊन आलेला.]

नाथ : अगदी तुलासुद्धा. मात्र तुम्ही माझे म्हणून तुम्हाला दुखलं खुपलं तर कळवळेन मात्र. जी मूल्यं मी बाहेर मानतो तीच घरात मानतो. विचार करण्याची शक्ती आलेल्या माणसावर मी कधीही सक्ती करणार नाही. कधीही नाही. त्यातून ज्योतीच्या बेतात मला काहीच गैर वाटत नव्हतं.

सेवा : त्याचीच फळं भोगत रात्री जागवतोस!

नाथ : (चहा घेत) समज, दलित नसलेल्या कुणाशी किंवा हा अरुण सोडून कुणाशी तिनं लग्न केलं असतं; तर आपल्याला रात्री जागवाव्या लागल्या नसत्या याबद्दल खात्री आहे तुझी? अग प्रत्येक नव्या संबंधात प्रॉब्लेम्स हे असणारच. आणि पोरगी आपली आहे, आपली झोपही उडणार. जाऊ दे. पक्या, तुझं कॉलेज काय म्हणतं गड्या?

जयप्रकाश : (जरा खालचा स्वर) ज्योती तिकडे उभी आहे. (आतल्या दाराकडे निर्देश करतो.)

नाथ : कोण? ज्यो? (उठून तिकडे जातात. आत पाहतात.) काय मिस्टर, नवराबायकोचं खासगी संभाषण चोरून ऐकता काय? मार हवा का मार? (तिला धरून बाहेर आणून आपल्या शेजारी बळेच बसवतात.) बैस इथं. अग सरळ बाहेर यायचं की. आडून कशाला ऐकायला हवं होतं? घे, चहा घे. मी अजून उष्टा केला नाही.

ज्योती : नको. घ्या तुम्ही.

नाथ : घे ग. मी दिवसभर कौन्सिल हॉलवर घेतच असतो. अर्धा घे, चल. (तिला अर्धा घ्यायला लावतात. स्वतः अर्धा घेतात. हे करताना त्यांचे लक्ष तिच्या दंडाकडे जाते. गंभीर होतात.) दंडाला काय झालं ग तुझ्या? (ती घाईने दंड झाकून घेते.)

ज्योती : काही नाही. घ्या ना तुम्ही चहा. घ्या— (तिचे डोळे एकदम भरतात. घसा दाटतो. येऊ पाहणाऱ्या आवेगाशी झगडत) प्लीज— भाई—

[एक चमत्कारिक स्तब्धता. ज्योती उठून झपाट्याने आत जाऊ बघते.]

नाथ : थांब ज्योत्या. जाऊ नकोस.

[ज्योती अडलेली. पाठमोरी.]

इकडे ये. असं आपल्या भरल्या बैठकीतून तू रडत उठून जाणं मला आवडणार नाही. असं कधी झालं नाही.

[ती पाठमोरी उभी. आवेग रोधते आहे.]

तुला हवं तर हा विषय आपण बोलणार नाही; पण उठून जाऊ नकोस.

[ती आहे तिथे काहीशी पाठमोरीच बसते. काही स्तब्धता.]

(उठून फिरू लागतात. विचारपूर्वक) ज्योतिबा, आता मी अगदीच वेगळं बोलणार आहे बरं का. यावर विचार करायचा. अरुणरावांशी बोलायचं. आणि मला काय ते सांगायचं. घाई नाही, यू कॅन टेक युवर टाइम. (सेवा, जयप्रकाशकडे पाहत) नेहमीसारखे आपण सर्व आहोत हे बरं आहे. मी हे आताच सुचून बोलतो आहे असं कुणी समजायचं नाही. माझ्या मनाशी, हे बोलण्याचं खरं म्हणजे गेल्या काही दिवसांपासून आहे. काल रात्री हे बोलण्याचं मी फायनल केलं. म्हणूनच आज कुठल्याही परिस्थितीत मुंबईहून आलो. ज्योतीबा, तुम्ही उभयतांनी यानंतर इथंच येऊन राहावं असं माझ्या मनात आहे— (हे ऐकताच काही म्हणू पाहणाऱ्या सेवेला) वेट, वेट, माझं बोलून व्हायचं आहे अजून— मग नेहमीप्रमाणे प्रत्येकाला बोलायला मिळेल. असं माझ्या मनात का आलं ते सांगतो. आपल्या ज्योतीचं लग्न झालं आणि जी सिंगल रूम तात्पुरती मिळेल असं अरुणरावांना वाटलं होतं ती त्यांना मिळाली नाही. अंदाज चुकतात कधी कधी. त्यामुळे वेगळी काही व्यवस्था होईपर्यंत ज्योतीनं माहेरीच राहावं आणि अरुणरावांनी जागेचा शोध घ्यावा असं दोघांचं ठरलं. अर्थात

पुण्यात सध्या मोठ्या भांडवलाशिवाय जागा मिळणं तितकं सोपं राहिलेलं नाही आणि या कामी कितीही वेळ लागणं शक्य आहे. अशा प्रकारे, लग्न होऊन अनिश्चित काळ दोन ठिकाणी राहाणं, विशेषतः अरुणरावांनी आज याच्या खोलीवर तर उद्या त्याच्या ख़ोलीवर अशा प्रकारे राहाणं, माझ्या मनाला तितकंसं रुचणारं नाही. बरं, आपलं घर आहे. तसं फार मोठं नसलं तरी अगदी लहानही नाही. यात ज्योती आधीपासून होतीच. आणखी एक माणूस सहज सामावू शकेल. आपण सामावून घेऊ. काय सेवा?

[सेवा गंभीर. तिला मुळीच पटलेले नाही. पण नकार देत नाही.]

नाथ : जयबाबू?

जयप्रकाश : (कसाबसा, अर्धवट मानेनेच) हो.

नाथ : तुला काय वाटतं ज्योती?

[ज्योती बसल्या जागी आवेगाने तीनचारदा नकारार्थी मान हलवते. अजून ती अर्धवट पाठमोरीच.]

का पटत नाही तुला माझी सूचना?

ज्योती : (कशीबशी) अमान्य आहे ती. अमान्य आहे.

नाथ : आपल्या नेहमीच्या पद्धतीप्रमाणे कारणं द्यायची.

ज्योती : कारणं नाहीत. पण मला मान्य नाही ती—

नाथ : आपली चर्चेची ही पद्धत नाही. यू हॅव टू गिव्ह युअर रीझन्स, ज्योती. मला ती का पटली, त्याची कारणं मी दिली.

[ज्योती स्तब्ध.]

आता तुला पटत नसेल तर त्याची काय असतील ती कारणं तुला द्यायलाच हवीत.

ज्योती : (नाइलाजाने) तो कधीही इथं येणार नाही— या घरात. कारण (प्रयासाने) मी त्याला— सोडलाय. परत— त्याच्याकडे जाणार नाही आहे— कधीच.

[सगळे सुन्न.]

ते...सगळं संपलं आहे.

नाथ : नाही, नाही, ज्योती, हे काय म्हणतेस तू? डोण्ट टेल मी—

ज्योती : आय मस्ट टेल यू, भाई, आय मस्ट. आय ॲम फेड अप् ऑफ हिम! फेड

अपू! (फुटून फुटून रडू लागते. स्वतःला शर्थीने पुन्हा आवरते.)

नाथ : (तिच्याकडे जात) काय झालं? (तिच्या शेजारी बसतात. ती बोलू इच्छित नाही.) मला सांग. काहीही झालं तरी मला सांगत आलीस ना? तसं सांग. (तिच्याभोवती मायेने हात टाकतात. ती तो निग्रहाने बाजूला करते.)

ज्योती : माझे लाड करू नका भाई. मला पुन्हा रडू येईल. आणि मला नाही रडायचं. (स्वर रडवेला) न रडता मला सगळं घेता यायला हवं. तक्रारसुद्धा करता कामा नये. माझं मीच सगळं केलं. माझं मला सहन करता आलं पाहिजे, एकटीला.

सेवा : ज्योती, झालं काय?

ज्योती : मी सांगणार नाही. मला विचारू नका. (आवेग अजून आवरते आहे.)

जयप्रकाश : त्याने मारलं पुन्हा तुला?

ज्योती : (डोळे पुसत) त्याचं काही नाही.

नाथ : मग झालं काय? काय झालं असं की तू हा टोकाचा निर्णय घेतलास?

ज्योती : (उठून आत जाऊ लागते) मी जाते कशी आत—

[फोन वाजू लागतो.]

(स्वरात पराकाष्ठेची चीड) हा त्याचाच असणार.

नाथ : (फोन घेतात) हॅलो— नाथ देवळालीकर. कोण? अरुणराव? ज्योती ना? आहे. नमस्कार अरुणराव. मी नाथ बोलतोय. हो, हो, आहे. देतो. थांबा हां— (ज्योतीला) अरुणराव.

[ज्योती अतिशय अनिच्छेने जाऊन रिसीव्हर घेते.]

ज्योती : (निर्जीव पण ताणल्या स्वरात) हॅलो. (यानंतर ऐकत राहते. मुद्रेवर राग. सहनशीलतेचा अंत झाल्याचे भाव. संयम करीत असल्यासारखे मधूनच ओठ चावणे. बरेच ऐकल्यावर) थँक यू. आय से, थँक यू सो मच. (रिसीव्हर जोरात ठेवून देते.)

नाथ : काय म्हणत होता?

ज्योती : खाक म्हणत होता. (स्वतःला सावरण्याचा प्रयत्न करते आहे. सणकेत आत निघून जाते.)

[किंचित्काळ सगळे स्तब्ध.]

जयप्रकाश : चांगलीच विटलेली दिसते आहे त्याला.

सेवा : दुसरं काय होणार?

जयप्रकाश : पहिल्यापासून लक्षणं सांगत होती त्याची. कुठं तो, कुठं आपली ज्योती.

सेवा : (नाथना) आणि तू त्याला घरात आणून ठेवायला निघाला होतास.

जयप्रकाश : हो भाई. हे आणखी काय एकदम काढलंत तुम्ही? तो आणि आपल्या घरात?

नाथ : (विचारात पडलेले. अस्वस्थ.) हे पाहा, आपल्या नजरेआड गोष्टी घडण्यापेक्षा समोर सगळं असलं तर तेवढाच पायबंद बसू शकेल, असा हिशेब होता माझा. पण ही नवी डेव्हलपमेंट फार चिंताजनक आहे. (अस्वस्थपणे फेऱ्या घालतात.) समथिंग हॅज टु बी डन अबाऊट इट...समथिंग...

सेवा : म्हणजे काय करणार तू? त्याला शहाणपणाचे शब्द सांगणार?

नाथ : (अचानक तोल सोडून) स्टॉप इट आय से! स्टॉप इट! त्या पोरीच्या आयुष्याचा प्रश्न आहे आणि तुम्हाला विनोद सुचतात? नालायक! (थरथरताहेत.)

[सेवा, जयप्रकाश या आकस्मिक स्फोटाने स्तब्ध.]

जयप्रकाश : भाई, मां विनोदानं नाही म्हणाली—

सेवा : जाऊ दे प्रकाश.

नाथ : (सूर एकदम उतरलेला) आय नो. किंचित्काळ तोल सुटल्यासारखा झाला माझा. आय ॲपोलोजाइज. माफ कर, सेवा. मला माफ कर.

सेवा : मला कळतंय, तुला फार त्रास होतोय या सगळ्याचा—

नाथ : (आवेगाने) एक सुंदर प्रयोग असा वाऱ्यावर जाता कामा नये, सेवा. हे समूर्त होऊ मागणारं स्वप्न असं डोळ्यासमोर धुळीला मिळू देऊन चालणार नाही. आपण काहीतरी करायला हवं, हे लग्न वाचवायला हवं. केवळ आपल्या ज्योतीसाठी नव्हे— हा नुसता आपल्या मुलीच्या आयुष्याचा प्रश्न नाही, सेवा— याला फार वेगळं महत्त्व आहे— हा— हा फार मोलाचा प्रयोग आहे—

सेवा : (कोरडेपणे) माझी याबद्दलची भूमिका सुरुवातीपासूनच स्पष्ट आहे. हे लग्न मुळातच खरं नव्हतं. पण तू म्हणतोस तर मी तुझ्याबरोबर आहे. काय करायचं सांग, मी करते.

[दाराची दीर्घ बेल.
जयप्रकाश जाऊन दार उघडतो.

दारात अरुण.

प्यायलेला आहे.]

अरुण : (दारातून जयप्रकाशला) ज्योती-ज्योती आहे ना? ज्योती कुठे आहे? ज्योतीला मला भेटायचं आहे——

[जयप्रकाश मख्ख उभा.]

नाथ : (पुढे होत) कोण! अरुणराव? या, आत तर या, बाहेरूनच का विचारता?

अरुण : नको-मला ज्योतीला—— (हाका घालतो) ज्योती— ज्योती—

नाथ : (त्याला आत आणत) आधी आत तर या. बसा. ज्योतीला मी बोलावतो. असे बाहेरच्या बाहेर का?

अरुण : बसायला वेळ नाही. ज्योतीला बोलवा. मला ज्योतीला भेटायचं आहे.

नाथ : (जयप्रकाशला) जा, ज्योतीला आत जाऊन सांग, म्हणावं, अरुणराव आले आहेत.

[जयप्रकाश आज्ञाधारक चेहऱ्याने आत जातो.]

(अरुणला) काय घेता? मी म्हणतो, आलाच आहात तर आता आमच्याबरोबर जेवूनच चला—

अरुण : नाही. तुमच्यासारख्यांकडे जेवण्याबिवण्याची आपली लायकी नाही.

नाथ : असं का म्हणता? सेवा, तेवढं जेवणाचं बघ—

अरुण : नाही. ज्योतीला भेटून तिचे पाय धरायचे आहेत मला. मला तिची क्षमा मागायची आहे. बास.

[जयप्रकाश बाहेर येतो.]

जयप्रकाश : (नाथना, पण अरुणला ऐकू जाईल असे) ज्योती येत नाही. ती म्हणते, कोण असेल त्याला जायला सांगा.

अरुण : (उठत) ऐकलंत? ज्योती मला भेटायला तयार नाही. माझी ज्योती मला भेटायला तयार नाही. माझी ज्योती मला निघून जायला सांगते. तिचं काय चुकलं नाही, काही चुकलं नाही तिचं. चुकलं माझं. मी तिचा शतशः अपराधी आहे. मी घोर गुन्हेगार आहे तिच्या दृष्टीने. काही केलं तरी माझे केले गुन्हे धुतले जायचे नाहीत. कधीच नाहीत. मी फार दुष्ट आहे, पाजी आहे, मादरचोद आहे. मी— मी तिला मारतो. या हातांनी मारतो. मी ज्योतीला फार मारतो. माझ्या ज्योतीला मी वेदना देतो...पशूला न शोभेसा तिच्याशी वागतो. ती मला कधीच क्षमा करणं शक्य नाही, मला

ठाऊक आहे. ज्योती, माझ्या नशिबात तू नव्हती हेच खरं, ज्योती. माझ्यासारखा म्हारडा शेवटी घाणीतच मरायचा. पण ज्योती. आपण तुझ्यावर काळजापासून प्रेम केलं. माझं प्रेम खोटं नव्हतं, ज्योती, ते खरं होतं. या हातांनी तुला वेदना दिल्या. कलम केले पाहिजेत हे साले हात! तोडून टाकले पाहिजेत! (पँटच्या आतून चाकू काढतो.)

नाथ : (काळजीने) अरुणराव, चाकू ठेवा आधी तो— असं करू नका— अरुणराव—

अरुण : नाही! आता नाही थांबणार! हात तोडून ज्योतीला अर्पण करणार! त्यानं तरी तिला कळेल की अरुणचं प्रेम आखिर खरं होतं.

[सेवा गंभीर. जयप्रकाशवर याचा परिणाम नाही.]

नाथ : प्रकाश, चाकू—

[जयप्रकाश पुढे होऊन अरुणकडचा चाकू काढून घेतो. अरुण फारसा प्रतिकार करीत नाही.]

अरुण : नका— चाकू घेऊ नका— तोडू द्या माझे हात मला— तेवढं तरी करू द्या मला माझ्या ज्योतीकरता— तेवढं तरी करू द्या— (गळा काढून 'ज्योती'करून रडतो.) मी नीच आहे ज्योती, तुझ्या पायताणाच्या लायकीचा नाही मी ज्योती—

नाथ : (आता यांच्याही लक्षात यातला दारूच्या नशेतला नाटकीपणा आला आहे.) अरुणराव, उगीच आसपासच्या लोकांना तमाशा दाखवण्यात अर्थ नाही. शांत व्हा बरं. स्वतःला आवरा.

अरुण : काही केलं तरी माझे अपराध कसे धुऊन निघणार भाई?

नाथ : म्हणून गळा काढून काय होणार? मुळीच रडायचं नाही, भेकायचं नाही. सुसंस्कृत माणसं आपण. सुसंस्कृतपणानं वागायचं.

अरुण : माझी ज्योती मला परत मिळवून द्या—

नाथ : ते पाहू आपण. आधी स्वस्थ राहा.

[अरुण आता ठीक.]

नाथ : (जयप्रकाशला) प्रकाश, ज्योतीला म्हणावं, मी बाहेर बोलावलंय.

सेवा : (जयप्रकाशला) थांब जरा. (अरुणला) ज्योतीला तुम्ही का मारता?

अरुण : (अपराधी आविर्भावात) मला जोड्यांनी हाणा त्याबद्दल. तरी माझ्या करणीची भरपाई होणार नाही, तरी नाही.

सेवा : (शांतपणे) मी विचारते आहे, ज्योतीला का मारता तुम्ही?

अरुण : (प्रयत्नपूर्वक) डोकं मूळचं गरम आहे आपलं, त्यात दारूचा अंमल असतो. ती काहीतरी म्हणते. मग आपण म्हणतो. भांडण जुंपतं. आपल्याला सहन होत नाही. हातनं घडतं आपल्या.

सेवा : मागं तुमच्या लग्नाआधी प्रथमच इथं आलात तेव्हाही मी आले तेव्हा असंच काही घडलं होतं. आठवतं?

अरुण : असेल.

जयप्रकाश : असेल नव्हे, होतंच.

सेवा : तेव्हा तर ज्योती तुमची बायकोही नव्हती.

जयप्रकाश : आणि तेव्हा तुम्ही प्यायलेले नव्हता.

अरुण : आपण सालं कुठं दावा करतो की आपण तुम्हा लोकांसारखे सभ्य आणि सुसंस्कृत वगैरे आहोत म्हणून? माझ्या लहानपणी, रोज माझा बा दारू पिऊन येऊन माझ्या आयला मरेस्तवर झोडपायचा. छाती फुटस्तंवर रडायची माझी आय रात्र रात्र एकटीच. अजून सालं कानात आहे तिचं ते रडणं. कोण डोळे पुसायला येत नव्हतं तिचे. माझ्या आयला या भाईसारखा बा नव्हता की तुमच्यासारखी मां नव्हती—

सेवा : ज्योतीला तुम्ही का मारता याचं उत्तर हे नक्कीच नव्हे.

अरुण : साली आमची अवलादच म्हाराची. तुमच्या ब्राम्हणी 'अहिंसक' आदती, आम्हाला कुठल्या असणार? आम्ही पिणार आणिक बायकोला मारणार — तिच्यावर प्रेम करणार— पण जाहिरात आमच्या मारण्याची!

सेवा : बायकोला पिऊन किंवा न पिऊन मारणं याला रानटीपणा म्हणतात.

अरुण : आहोतच आपण रानटी. आपण कुठे स्वतःला व्हाईट कॉलर कल्चर्ड म्हणवतो?

सेवा : ज्योतीला असल्या रानटीपणाची सवय नाही.

अरुण : आपलं हे असं आहे. हे असं आहे हे तुमच्या ज्योतीला लग्नाआधी ठाऊक होतं. तरी तिनं लगीन केलं. तिच्या मर्जीनं केलं.

सेवा : तिला वाटलं, नंतर तरी काही सुधारणा होईल.

अरुण : असं मानत असली तर ती मूर्ख आहे.

नाथ : (सेवा काही बोलणार तिला) सेवा, प्लीज! (अरुणला) अरुणराव, जे झालं ते उगाळत बसून काही निघणार नाही, शेवटी ज्योतीनं तुमच्याशी

राजीखुशीनं लग्न केलं आहे हे निखालस खरंच आहे.

[फोन वाजतो.]

(तिकडे जात) तेव्हा हे लग्न तिनं सर्व शक्तीनिशी राबवलं पाहिजे हे आलंच. (रिसीव्हर उचलून) हॅलो, कोण? दुर्गादास? काय रे? दिल्लीहून की मुंबईहून? अस्सं. (लक्षपूर्वक ऐकत आहेत.)

[आतल्या दारात ज्योती येऊन उभी आहे. नाथही इतरांप्रमाणे हे पाहतात.]

(रिसीव्हरमध्ये) बरं. बरं. अस्सं. आय सी.हूं. धिस इज हर युजुअल हूडविंकिंग टॅक्टिक्स, इफ यू आस्क मी. शुद्ध लोणकढी आहे ही आणि पद्धतशीरपणे ही पसरवली जाते आहे. अरे कसली इमर्जन्सी नि काय? काय थट्टा आहे पुन्हा इमर्जन्सी आणायची म्हणजे? अच्छा. कळव जास्त कमी कानी आलं तर. (रिसीव्हर पिनवर ठेवत) नॉनसेन्स...(आता ज्योतीला नीट पाहतात.) काय ज्योतीबा? काय विचार आहे?

ज्योती : (अरुणपर्यंत येऊन उभी. खालमानेने त्याला) चल.

जयप्रकाश : तू याच्याबरोबर जाणार ज्योती?

ज्योती : (शांत निर्धार.) हो.

सेवा : (बोचरा स्वर) आता तरी विचार केला आहेस ना ज्योती?

ज्योती : हो.

नाथ : तिला जाऊ दे सेवा. तिनं जायला हवं.

[जयप्रकाश अरुणला चाकू परत करतो.]

अरुण : थँक्स.

ज्योती : (अरुणला ठाम स्वरात) निघतो आहोत आपण.(दाराकडे जाते. दार उघडते. नजरेने अरुणला फर्मावते, 'चल-')

[दोघे जातात. आता सेवाची उभारी संपते. ती खचून बसते.]

नाथ : (ज्योती गेली तिकडेच पाहात आहेत.) ज्योती, आय फील सो प्राऊड ऑफ़ यू, पोरी. माझी शिकवण फुकट नाही गेली. (एकदम उदास होतात.) पण मी ईश्वरवादी असतो ना, तर या वेळी तुझ्यासाठी त्याच्याकडे प्रार्थना केली असती.

[क्रमशः अंधार.]

अंक दुसरा
प्रवेश दुसरा

[आधीचाच दिवाणखाना. काही महिने उलटले आहेत. नाथ एक पुस्तक वाचत बसलेले. पुस्तकात पूर्णपणे बुडालेले. सेवा बाहेरून चावीने लॅचचे दार उघडून आत येते. नाथांपुढे येऊन बसते.]

नाथ : (पुस्तक संपवून बाजूला टाकत) अप्रतिम! विलक्षण! गेल्या कितीक वर्षात इतकं सुंदर काही वाचलं नव्हतं. (स्वतःच्या धुंदीत बसतात. समोर सेवा गंभीर मुद्रेने बसून.) यू मस्ट रीड इट, सेवा. इतकं छान आत्मचरित्र मराठीत मला तरी स्मृतिचित्रांनंतर दुसरं वाचल्याचं आठवत नाही. कमाल केली अरुणरावांनी. प्रसंग हलवून सोडतात पण सांगण्यात चुकूनसुद्धा भावनावशता नाही. आणि नेमकेपणा केवढा! एक दोन प्रसंग सोडले तर पाल्हाळ म्हणून नाही. पण तुला सांगतो, भाषा. अग आपण काय मराठी बोलतो आणि लिहितो? ही खरी मराठी. इंग्रजाळलेपणा औषधाला नाही बघ. शंभर टक्के इथला वाण! वा, वा, वा! आपण तर एकदम खूष आहोत—

सेवा : (गंभीर) मी बोलू का थोडं?

नाथ : (भान येत) सॉरी. बोल की.

सेवा : (गंभीर) ज्योतीला खऱ्यांच्या नर्सिंग होममध्ये हलवून आलेय.

नाथ : (चिंतेने उभे राहत) का ते? बरी आहे ना आपली ज्योती?

सेवा : तशी बरी आहे. पुन्हा अंगावरून जाऊ लागलं तिच्या आणि सहावा महिना आहे. उगीच काही होऊ नये म्हणून मी नर्सिंग होममध्ये नेलं तिला. ती येत नव्हतीच; मी सक्ती केली म्हणून आली. कुमुद म्हणाली, काळजी करण्यासारखं काही दिसत नाही, पण संध्याकाळपर्यंत ऑब्झर्वेशनखाली असलेली बरी.

नाथ : कशामुळे झालं म्हणाली कुमुद?

सेवा : कुमुद काय म्हणणार? नेहमीसारखा रात्री दारू पिऊन आला. जास्त काही ज्योतीनं सांगितलं नाही. विशेष काही नाही असंच म्हणत होती; पण पोटात मार बसला आहे. शेजारी म्हणत होते, मुलीला ठेवू नका, घरी न्या. लाथासुद्धा घालतो म्हणे.

नाथ : (सात्त्विक संतापाचा आवेग) पण का? असे काय गुन्हे करते ती? काय म्हणून ही वागवणूक तिला?

[सेवा यावर काही म्हणत नाही.]

महिने गेलेली पोर, तिला ही वागवणूक! मेली मारानं तर कोण भरून देणार आहे? ते— ते सुंदर आत्मचरित्र लिहिणाराच हे असं नीच आचरण करू शकतो? कसं करू शकतो? त्या पुस्तकात आयुष्यात आपल्याला बसलेल्या लाथांचं विलक्षण संवेदनाक्षम वर्णन करतो तो! आणि तोच माणूस सहा महिन्यांच्या गर्भार बायकोच्या पोटात लाथ घालतो? कशी घालतो? हाऊ— हाऊ डेअर ही डू इट टू हर? हाऊ?

सेवा : (कोरडेपणाने) हे बघ, ते आपण आपल्यालाच विचारत राहून परिस्थिती सुधारणार नाही. आहे ते खरं आहे आणि डोकं न गमावता त्यातून काय मार्ग निघतो ते आता बघितलं पाहिजे. तो नोकरीधंदा करण्याचं नाकारून तिच्या जीवावर जगणार हे आता दिसतं आहे. बरं त्याबद्दल तो कृतज्ञता वाटून घेणं शक्य नाही हेही स्पष्ट आहे. मला विचारशील तर कृतज्ञता नावाची चीजच या पददलित मंडळीला ठाऊक असते की नाही, मला प्रश्न आहे.

नाथ : सेवा!

सेवा : तुझी मतं तू बोललास तशी माझी मतं मला बोलू देत, तू आड येऊ नकोस. ती गाढवपणाची असतील, पण ती माझी मतं आहेत. आणि माझ्या सामाजिक कामातून ती मी बनवली आहेत, घरी बसून नव्हे. तर एक सुंदर आत्मचरित्र आणि अनेक सुंदर कविता लिहिणाऱ्या या तुझ्या दलित जावयाला कामधंदा न करता बायकोच्या खर्चानं रोज दारू प्यायची आहे आणि मित्रांना पाजायची आहे; आणि करमणूक म्हणून बायकोच्या पोटात लाथा घालायच्या आहेत. कारण बायको उच्चवर्णीय आहे ना त्याची! उच्चवर्णीयांनी त्याच्या पूर्वजांना शतकानुशतकं घातलेल्या लाथा

अशा प्रकारे तो परत करतो आहे! यानंतर आयुष्यात एवढंच महान कार्य करायचं त्यानं ठरवलेलं दिसतं—

नाथ : प्लीज, सेवा—

सेवा : यात एक बायको मेली तर त्याला दुसरी मिळेल; (एकदम फुटून) पण आपली पोर...गेली तर दुसरी येणार आहे?

नाथ : फॉर गॉडस् सेक, सेवा—

सेवा : थांब, माझं संपू दे बोलून. तर म्हणून मी असं ठरवलंय की ज्योतीला इथं घरी आणायचं. एकटीला. त्याला नव्हे. निदान बाळंतपण होईपर्यंत तिला घरीच ठेवायचं. पण मी किती सांगितलं तरी तुझी ती हट्टी मुलगी ऐकायला तयार होत नाही. आत्ता कुमुदच्या नर्सिंग होममध्ये परोपरीने समजावून पाहिलं तिला— (अचानक अनावर हुंदका. तो येता येता आवरून पदराने डोळे पुसत) सॉरी. तर ती मुळीच ऐकत नाही आहे. मला म्हणते मां, तू जा,परत येऊ नको. पुढे काय करायचं ते मला माहीत नाही. आज संध्याकाळी ती परत तिच्या त्या झोपडपट्टीतल्या घाणेरड्या खोलीवर जाणार म्हणते.

[नाथ बेचैन. फोन वाजतो.]

नाथ : (जाऊन तो घेत विमनस्कपणे) बोलतो. मी नाथ देवळालीकरच बोलतो. हो, वाचलं. हो ना. सुंदर आहे. फार सुंदर आहे. चर्चा ठेवता आहात चांगलं आहे. चांगली गोष्ट आहे. मी? नाही, मी इन्व्हॉल्व्हड् पार्टी... नात्यानं संबंधित माणूस आहे. नको, मला नका अडकवू. मी ऐकायला येईन. बोलायला मुळीच सांगू नका. नाही हो, उगीच अनाउन्स करू नका, मी बोलणार नाही. पुष्कळ आहेत की. नानासाहेबांना विचारा. बाबाआहेत. पु. लं. ना प्रत द्या, ते वाचून बोलू शकतील. मी वाटलं तर फोन करून सांगतो. प्लीज लीव्ह मी आऊट. प्लीज. नाही नाही, मी कमिट करीत नाही, लक्षात ठेवा. (रिसीव्हर ठेवतात.)

सेवा : नाही म्हणणं जड गेलं?

नाथ : (त्रासिकपणे) किती म्हटलं तरी, 'नाही, बोला.'

सेवा : तुलाही बोलायला आवडलं असतं.

नाथ : (रागाने) त्यानं पुस्तक लिहिलंच आहे फार चांगलं.

सेवा : मला त्या चर्चेत बोलायला सांगितलं तर मी काय बोलेन, आहे ठाऊक?

मी म्हणेन, या चांगल्या पुस्तकात हा माणूस अन्याय आणि पिळवणुकी-बद्दल लिहितो ते सगळं एक मोठं ढोंग आहे. कारण हा स्वतः माझ्या पोरीची पिळवणूक करतो. तिच्या जिवावर बेशरमपणानं एखाद्या बांडगुळासारखा जगून वर दारू ढोसून तिला लाथा घालतो. ऊठ बैस तिची जात आणि आईबाप काढून त्यांना गलिच्छ शिव्या घालत राहतो—

नाथ :	आपल्याला शिव्या?
सेवा :	तिनं सांगितलं नाही पण त्यांचे शेजारी सांगत होते. ती त्याला म्हणते तू मला काय ते बोल, मला मार. माझ्या आईवडलांचं नाव घेऊ नकोस. आणि तिला वेदना होतात म्हणून तो तुला आणि मला उद्देशून...
नाथ :	काय बोलतो?
सेवा :	विचारू नकोस.
नाथ :	नाही, सांग, काय बोलतो तो?
सेवा :	मला— सेवादलाच्या पोरी सोशलिस्ट पुढाऱ्यांना पुरवणारी— कुंटीण म्हणतो तो—
नाथ :	नो! नो— डोण्ट टेल मी!—
सेवा :	आणखी पुष्कळ म्हणतो, तुला ऐकवायचं नाही.
नाथ :	(अनावरपणे) आणि मला काय म्हणतो तो?
सेवा :	जाऊ दे.
नाथ :	मला कळायला हवं. काय म्हणतो तो मला? सेवा काय म्हणतो तो मला...
सेवा :	मला विचारू नकोस—
नाथ :	सांगत का नाहीस? काय म्हणतो?
सेवा :	मी म्हणते, मला सांगायला लावू नकोस—
नाथ :	(तिला पकडून) नाही. सांग— सांग आधी— कळू दे मला— मला कळलंच पाहिजे—
सेवा :	नाही.
नाथ :	(तिला गदागदा हलवीत) काय म्हणतो तो मला? काय म्हणतो?
सेवा :	(प्रयासांनी) तू तिचा खरा बाप नाहीस. तू— गुरुजींसारखा— छक्का आहेस...तिचा खरा बाप— (पुढे बोलवत नाही.)
	[लॅचचे दार उघडून जयप्रकाश उभा. त्याच्या हाती संध्याकाळचा पेपर.]
जयप्रकाश :	(दार मागे लावून घेत, समोरच्या दृश्याने गोंधळून)सॉरी. मी नेहमीसारखा आत आलो...

नाथ : (बेचैन आणि अवघडलेले.) इट्स— ऑल राइट— तसं.... काहीच...नव्हतं. मी हिला...

[जयप्रकाश परिस्थितीचे अवघडलेले स्वरूप जाणवून आत जाऊलागतो.]

आत जाण्याची गरज नाही. यू कॅन— बी हिअर.

जयप्रकाश : तुमचा मूड असेल तर...एक ऐकवणार होतो. तसं काही नाही, एक विचार मनात आला...

नाथ : (सावरले आहेत.) शुअर. ऐकव ना.

जयप्रकाश : (संध्याकाळचा पेपर दर्शवीत) यात एक बातमी आहे.

नाथ : बातमी? कसली बातमी?

जयप्रकाश : तशी विशेष नाही. मध्यपूर्वेत पॅलेस्टाइनिअन दहशतवाद्यांच्या तळांविरुद्ध इस्राएलच्या सैन्यानं जोरदार चढाई चालवली आहे. या चढाईत,या दहशतवाद्यांची रसद तोडावी, त्यांना आश्रय आणि अन्नपाणी मिळू नये म्हणून इस्राएलच्या फौजा पॅलेस्टाइनिअन अरब नागरिकांची गावंच्या गावं म्हणे बेचिराख करताहेत. केवळ पुरुषच नव्हेत तर बायाबापड्या आणि तान्ही पोरंही म्हणे गोळ्यांनी उडवताहेत. त्यांच्यावर अघोरी अत्याचार करताहेत— असं यात म्हटलं आहे.

नाथ : ती लढाई आहे, पक्या—

जयप्रकाश : हो. पण सहज एक आठवलं. चाळीस वर्षांपूर्वी हिटलरच्या नाझी फौजांनी ज्यूंच्या अमानुष कत्तली उडवल्या होत्या. तुम्हीच त्याबद्दल मला वाचायला लावलं होतं. मला वाचवत नव्हतं तरी म्हणाला होतात, वाच, पक्या, हा इतिहास तुम्हाला माहीत हवा. आणि आज पॅलेस्टाइनी अरब बायका-मुलांच्या कत्तली उडवणारे ज्यूच आहेत.

नाथ : (अस्वस्थ) मग म्हणणं काय तुझं?

जयप्रकाश : म्हणणं हेच की तेव्हा ज्यांच्या कत्तली उडाल्या ते आज आणखी कुणाच्या तरी कत्तली करताहेत!

नाथ : पण ती त्यांची संरक्षणात्मक गरज असेल.

जयप्रकाश : असेल. बायाबापड्या नि अर्भकांना गोळ्यांनी उडवणं ही त्यांची संरक्षणात्मक गरज असेल. पण एके काळी जे अत्याचारांचे बळी होतात तेच पुढे दुसऱ्यांवर तितकेच घाणेरडे अत्याचार करू शकतात. तस

करण्यात त्यांना एक प्रकारचा आनंददेखील मिळत असेल. एके काळी ज्यांचा छळ होतो त्यांना मोका मिळाला की दुसऱ्यांना छळण्यात मजा येत असेल. ज्याची पिळवणूक होते तो संधी सापडली की आणखी कुणाची पिळवणूक आनंदानं करीत असेल.

[नाथ गंभीर.]

म्हणजे त्याचा छळ किंवा पिळवणूक झाली त्यामुळे, 'असं कुणाचं होऊ नये', निदानपक्षी आपण करू नये, असं तो मानतच नाही; तर उलट मोका मिळाला की स्वतः फार मोठा छळवादी होतो आणि भरपूर पिळवणूक करतो, कारण त्याला त्यात फार आनंदच वाटत असतो.

[नाथ अस्वस्थ.]

तर कालचा पिळला गेलेला हा आजचा पिळवणूक करणारा होतो. काल गोळ्या खाल्लेला आज गोळ्या घालू शकतो. म्हणजेच माणूस अनुभवातून अधिक बरा माणूसच होईल अशी हमी नाही, तो जास्त मोठा सैतान सुद्धा होतो.

नाथ : (आवेगाने) हे चूक आहे पक्या, साफ चूक आहे. केवळ एका उदाहरणावरून अशा विपरीत निष्कर्षाला येणं अगदी वेडेपणाचं होईल. आणि— सर्वसामान्य ज्यू जनता या अत्याचारांचा निषेध केल्याशिवाय राहणार नाही, तू बघ! माणसाची आजवरची विकसित संस्कृती— सिव्हिलायझेशनच तू नाकारतो आहेस—

जयप्रकाश : अगदी नाही. मी फक्त त्या हराम...(जीभ चावून) अरुणचं वागणं समजावून घेत होतो.

[चमत्कारिक शांतता.]

नाथ : (सात्त्विक रागाने) प्रकाश! शब्द मागे घे आधी.

जयप्रकाश : (खालमानेने किंचित्काळ तसाच उभा. मग) चुकलो. आय ॲपोलोजाइज.

नाथ : कुठल्या संस्कारात वाढवलं आम्ही तुम्हाला! कोणत्याही माणसाबद्दल कुठल्याही परिस्थितीत असा अनादर योग्य नव्हे. आपण सुसंस्कृत आहोत.

[जयप्रकाश मुकाट.]

सेवा : तो काही मुद्दाम नाही म्हणाला. त्याला वाटलं ते तोंडून निघालं त्याच्या.

नाथ : असं वाटणंसुध्दा चूक आहे.

सेवा : मुळीच नाही. कुणी तसं वागलं तर बघून वाटणारच. चूक वागणाराची

की ते पाहून वाटणाराची? मी सांगते, तू कशाचा तरी राग आणखी कशावर काढायला बघतो आहेस. वास्तविक तुला खरा राग त्याचा आला आहे— अरुणचा—

नाथ : (पकडले गेल्यासारखे) नाही, मुळीच नाही! (उतरल्या स्वरात) म्हणजे राग आलेलाच नाही असं मी म्हणणार नाही. मी काही कुणी महात्मा नव्हे. पण त्याचा अर्थ असा नव्हे की माणूस म्हणून मी त्याचा अनादर करावा—

[दाराची बेल वाजते.]

जयप्रकाश : (दाराच्या पीपिंग होलमधून दाराबाहेरचे पाहून हलक्या आवाजात नाथ आणि सेवाला) तो आलाय. अरुण. बरोबर आणखी दोघं दिसतात.

[चमत्कारिक स्तब्धता.]

नाथ : (टेन्स) दार उघड.

[सेवा आत निघून जाते. जयप्रकाश दार उघडतो. अरुण आणि इतर दोघे आत येतात. यातला एक अरुणच्या दलित समाजापैकी. दुसरा या समाजाचा हितचिंतक पांढरपेशा. हाती ब्रीफकेस. अरुण आणि हे दोघे नाथांना सहास्य नमस्कार करीत आत येतात. नाथ त्यांना बसायला सुचवतात. अजून ते टेन्स. तिघे बसतात. बाकीचे दोघे सावरून; तर अरुण घरगुती प्रशस्तपणे बसतो. यानंतर याच्या बारीकसारीक वागण्यात एक हिशेबी अस्वच्छपणा आणि नाटकी डौल. जयप्रकाश कोपऱ्यात उभा आहे.]

नाथ : (अरुण सोडून दोघांकडे बघत) बोला. काय आज्ञा आहे? काय काम काढलं?

अरुण : खरं म्हणजे नाथसाहेब, या मंडळीला आपण म्हणत होतो की तुम्ही जा,आपण येत नाही. पण हे कुठं ऐकतात. म्हणाले, यायलाच पाहिजे. म्हणून नाइलाजानं आलो. तेवढंच सासुरवाडीला येणं झालं, काय वामनराव? तुमच्यामुळे आपण आलो, नाहीतर कुठलं होतं येणं.आजकल फार निमंत्रणं. भाषण करायला या, जेवायला या, फराळाला या. कॉकटेलला या. चहाला तरी या. माण्यवर लेखक झालो ना! माण्यवर लेखकाला हाय सोसायटीत पाळीव कुत्र्याखालोखाल भाव बघा! (हे स्वजातीयाला उद्देशून, टाळी मागत.) ओळख करून द्यायची राह्यलीच!

(नाथांना) हे आमचे हंबीरराव कांबळे. दलित साहित्यातले एक बिणीचे आद्य लघुनिबंधकार. फार गुणी पण उपेक्षित माणूस. आणखी हे वामनशेठ नेउरगावकर. दलित साहित्यिकांना कायम स्वखर्चाने खाऊ घालणारे दलित साहित्याचे आघाडीचे टीकाकार. माणूस त्याच्या हॉटेलातल्या समोश्यासारखा सदाबहार. काय वामनराव? या मंडळीची पुरोगामी दलित साहित्य मंडळ म्हणून एक संस्था आहे. (डोळे मिचकावीत दोघांकडे पाहत) आहे म्हणजे काय, आपली, आहे. तर हल्ली आमचं एक वर्क म्हणजे कृती गाजते आहे, आहेच तुम्हाला ठावकी. आत्मचरित्रात्मक कादंबरी. तुम्हाला एक कापी द्यायला हवी होती अगोदरच खरं तर, पण आमच्या बिझी ऊर्फ आळशी स्वभावानुसार ती राह्यली. वामनराव, आणलीय का? वामनराव आमचे प्रकाशक पण आहेत. (वामनराव दिलगीर चेहरा करतात.) राह्यली? बरं. (नाथांना) हे असं होतं. घरच्यांचंच राहून जातं.('दुसऱ्या'ला) पण आमचे नाथसाहेब भलतेच साक्षेपी म्हनतात तसले. त्यांच्या काकदृष्टीतून चांगलं काही सुटत नाही. त्यांनी आमचं आत्मचरित्र वाचलंच असणार. काय, नाथसाहेब? वाचलं का नाही?

[नाथ अनिच्छेने होकारार्थी मान हलवतात.]

(दोघांना) बघा. होरा चुकायचा नाही. तर (नाथना) या मंडळीचं असं म्हननं— नव्हे, आग्रहच— आहे की, आमच्या आत्मचरित्रावरील चर्चेला तुम्हीच अध्यक्ष व्हावं. काय वामनराव? काय हंबीरभाऊ? (दोघे माना हलवतात.) चर्चेला त्यामुळे एक वजन येईल असं त्यांना वाटतं. आपलं काही म्हननं नाही बरं का.

नाथ : (भिडस्तपणे) आताच यासंबंधात एक फोन आला होता मला—

अरुण : तो दुसऱ्या, नगर वाचणालयातल्या चर्चेचा असणार. सध्या जिकडे तिकडे चौफेर आमच्या आत्मचरित्राचीच चर्चा चालू आहे. ही खास आमची मंडळी. (दोघांना दर्शवतो.) यांची इच्छा तुम्ही विचारात घ्यायला हवीच. तसं गृहीत धरून तुमचं नावसुद्धा अध्यक्ष म्हणून यांनी डिक्लेअर करून टाकलं आहे—

नाथ : (आश्चर्याने) माझ्या अनुमतीशिवाय?

अरुण : (दोघांना) बघा, सांगत न्हवतो? नाथसाहेबांना असल्या गोष्टी आवडत

नाहीत. (नाथना) पण म्हणाले, समाजवादी साथी आहे, आमदार आहे, दगा नक्की देणार नाही. ते येणारच. पुन्हा सासरेच पडले. असं यांचं म्हणणं, आपलं नव्हे.

नाथ : त्या पुस्तकावरच्या चर्चेला खरं म्हणजे वाटेल तेवढे वक्ते मिळू शकतील—

अरुण : मिळतातच आहेत. सिनेमाच्या तिकिटासारख्या रांगा लागल्यात. एकेक अनुभव वाचून प्रोफेसर मंडळीला झिटा येतात म्हणे. गेल्या पन्नास— का शंभर हो वामनराव?— शंभर वर्षात असं काही वाचलं नाही असं एकमेकांच्या कानात गुणगुणतात समीक्षा क्षेत्रातले मच्छर. साहित्य अकादमीचं ते अॅवॉर्ड पण मिळणार म्हणतात. मिळू द्यात तेच्या आयला.(जातभाईला) च्यायला, यांनी कधी बघितलं जीवण कोणच्या गाढवीची विष्टा असते ती? मराठी साहित्यात सगळा पेटी बुर्झ्वा जंतूवाद नाहीतर रोमँटिशिझम भरला आहे. थेट मराठी संत कवींनंतर आपणच की, आणखी कोण. (नाथांना) तर आमच्या मंडळींनी पोष्टर्स आणि निमंत्रणांवर तुमचं नाव आता छापून टाकलंच आहे नाथसाहेब—

नाथ : (तीव्रपणे) त्याची जबाबदारी माझ्यावर नाही.

अरुण : जबाबदारी तुमच्यावर नाही तरी लोक काही झालं तरी तुमच्या भाषणाच्या अपेक्षेनेच येणार का नाही? काय हंबीरभाऊ? (तो मान हलवतो.) तुम्ही नसला तर उगाच मिसअंडरष्टँडिंग— कारणं जोडली जाणार—

नाथ : (यामागचा डाव लक्षात येऊ लागलेला.) कसली कारणं?

अरुण : म्हणजे तशी आमची ही मंडळी रीतसर खुलासा करतीलच. म्हणा. (वामनरावाकडे डोळे मिचकावीत) ते— .अपरिहार्य कारण वगैरे. पण लोक फार हुषार झालेत. असल्या गोष्टीत नको तेच बघतात. त्यांना वाटेल तुमचं आमचं ठीक नसावं— आमच्यातुमच्यात बिनसलं असणार— आम्ही तुमच्या मुलीला छळतो, मारतो— असंच अजून काही— काय वामनराव? (तो दुजोरा देतो.) आम्ही तुमच्या मुलीला टाकली असंसुद्धा उठेल. काय सांगावं? त्यात काही मंडळी जादाच. म्हणणार, जावयाचा उत्कर्ष सासरेबुवान्ला सहन झाला नाही दलित जावयानं मराठी साहित्यात मानाचं पान घ्यावं यानं सासऱ्याचा सोशालिष्ट उच्चवर्णीय जीव जळू लागला—

नाथ : (रागाने) नॉनसेन्स! लोक मला नव्यानं ओळखत नाहीत.

अरुण : ते बरोबर. (इतरांना) तुम्ही नाव मुळात टाकायलाच नको होतं. आता सगळा घोटाळा झाला तर मला दोष लावू नका उगीच. नाथसाहेब, मी तुम्हाला उगाच आग्रह करणार नाही. तुम्ही कामाची माणसं! आमच्या सारख्यांच्या वाट्याला कधी सठी सहामाशी आला तर यायचा. तुमचं वळण थोरामोठ्यांकडलं. आमची ही मंडळी खालच्या दर्जाची. मेल्या जनाबराची गुडशी खाऊन आमचा पिंड वाढला. काय हंबीरराव? आमचे पूर्वज गू-मूत वहाणारे. आमचं महाण भाग्यच म्हणून एका उच्चवर्णीय साधनशुचितावाल्या घरची गोरीगोमटी पोर आमच्या नशिबाला आली म्हणा ना. (इतर दोघांना) आमच्या आदरणीय सासूबाईसाहेब आमच्यावर पहिल्यापास्णे फार नाराज. त्यांना पाहिजे होता गोरागोमटा, कमरेला सोन्याचा करगोटा, पदवीधर मोठा असा नोकरदार जावईराव आणिक नशिबाला आम्ही आलो. एक दलित कवी आणखी लेखक. आमच्या गांडीला सालटीसुद्धा नाही. तर नाथसाहेब, तुम्ही म्हणता चर्चेला येणं तुम्हाला...

नाथ : (संयमाने, ठामपणे) जमणं शक्य नाही. माझ्यावर विसंबून राहू नका.

अरुण : (उठत) चला तर मग वामनराव, हंबीरराव. बाहेर अध्यक्ष पैसा पासरी मिळतात. चर्चेच्या प्रेष्टीजचा प्रश्न होता म्हणून तर आपण नाथसाहेबांकडं आलो. आता गाठू कोण सर्वोदयी प्राध्यापक नाहीतर मार्क्सवादी विद्वान. मंडळी वाटच बघत असतात की कोण बोलवतंय त्याची. (नाथना) यान्ला उगा वाटलं, तुम्ही दलितांबद्दल फार कळवळा दाखवता, विहिरीचे सत्याग्रह करता, विधानपरिषदेत समाजवादी भाषणं करता, त्यातून आदर्श उपक्रम म्हणून गाजावाजा करून दलिताला पोरगी पण देऊन टाकलीत तर तुम्ही चर्चेला याल. (दोघांना) चला. (त्यांनाघेऊन दाराकडे जातो. तिथे जयप्रकाश उभा, त्याला) काय मेव्हने, काय म्हणतो तुमचा सेवादलीय संघिष्ट भौचकपणा? (बाकी दोघे बाहेर गेलेले. आता दारातून, दार लावून घेण्यापूर्वी) गुड बाय. (त्याच्या मागे लॅचचे दार बंद होते.)

[संतप्त नाथ. मुकाट जयप्रकाश.]

नाथ : (रागाने खदखदत) स्काउंड्रल...

[आलेली सेवा हे ऐकते.]

मला न विचारता माझं नाव देऊन मला ब्लॅकमेल करू बघतो! त्याला वाटलं मी मुकाट्यानं मान तुकवीन! माझ्या पोरीचं सगळं गिळून सभेत याच्यावर लाचार विशेषणांची उधळण करीन! उन्मत्त दर्प पाहून ओकारी येत होती. तोच त्या आत्मचरित्रातला हा,यावर विश्वास नव्हता बसत. त्याच्या इथल्या नुसत्या असण्यानं हा दिवाणखाना, हे घर, आजचा हा दिवस घाण झाला असं वाटत होतं. सेवा, मला अंघोळ करावीशी वाटते आहे. हे फर्निचर— ही जागा— सगळं धुऊन घ्या. हे— हे सगळं अस्वच्छ झालं आहे, विटाळलं आहे. कसल्या माणसाशी माझी गाठ पडली, कसल्या माणसाशी!

[जयप्रकाश एकीकडे सेवाला घडले ते थोडक्यात सांगतो आहे.]

जयप्रकाश : (शेवटी सेवाला) कुस्ती मारून मल्ल जातो तसा गेला.

नाथ : (त्वेषाने) अरे आम्हीही लढती घेतल्या आहेत म्हणावं, तुझ्याहून शतपट बलदंड प्रतिस्पर्ध्यांशी! आय विल बी द लास्ट पर्सन टु सबमिट टु दॅट ब्लॅकमेल! मेणाहून मऊ वाटलो म्हणून भ्रमात राहू नकोस, वज्राला भेदून जाणाऱ्या आमच्या निष्ठा आहेत! हा नाथ देवळालीकर कुणाच्या खिशात बसला नाही आणि बसणार नाही— कधीही नाही.

[संतप्तपणे फिरत राहतात. सेवा विचारात. जयप्रकाश केवळ प्रेक्षक.]

सेवा : (नाथना) मी जरा बोलू?

नाथ : (थोडे शांत झालेले; तरी अजून खदखदताहेत) बोल.

सेवा : तुला त्या चर्चेला जायला लागेल.

नाथ : ओ, नो! प्राण गेला तरी नाही!

सेवा : माझं ऐकून घे आणि मग काय ते ठरव. आपण नको तसे अडकलो आहोत. आपण त्याला दुखावणं याचा अर्थ त्यानं ज्योतीला तितकं जास्त छळणं असाच आहे. (नाथ बोलू जातात त्यांना अडवीत) थांब, मला पुरतं बोलू दे. ज्योतीची सध्याची अवस्था बघता प्रश्न ज्योतीच्या जिवाचा आहे आणि ज्योती आपली मुलगी आहे. तू चर्चेला जात नाहीस असं सांगितलंस यानंच ज्योतीचा नवा छळ आता चालू होईल. तू चर्चेला गेला नाहीस तर पिसाळल्या अवस्थेत तो ज्योतीचं काहीही— (पुढे बोलणे अशक्य होते.) म्हणून त्या सभेला तुला जायला हवं. अध्यक्ष व्हायला हवं. चांगलंच म्हणजे स्तुतीपर बोलायला हवं, कारण ती आपली

गरज आहे.

[नाथ बोलण्याचा प्रयत्न करताहेत पण जमत नाही .]

रागावू नकोस, पण हे तू ओढवून घेतलंस.

[नाथांचे अवसान क्रमशः गळते. ते असाहाय्य वाटू लागतात. सोफात गळून बसतात.]

नाथ : (खालमानेने) आय ॲक्सेप्ट. मी त्या सभेला जाईन. मी अध्यक्ष होईन. मी माझ्या भाषणात त्याची— स्तुतीच करीन; करता येईल तितकी.

जयप्रकाश : (आवरून धरलेला संताप फुटतो) डॅम्इ! डॅम्इ! डॅम्इ! (तिडिकेने बाहेर निघून जांतो. लॅचचा दरवाजा धप्पदिशी बंद होतो.)

[स्तब्धता. सावकाश सेवा नाथांकडे जाते. त्यांच्या खांद्यावर हळूवारपणे हात ठेवते. हळूवारपणे थोपटत रहाते.]

[क्रमशः अंधार.]

अंक दुसरा

प्रवेश तिसरा

[दिवाणखाना. रात्री नऊचा सुमार असावा.
त्यात कोणी नाही. एक नाईट लॅम्प काय तो प्रकाशतो आहे. मग लॅचचे दार उघडते.
सेवा आणि नाथ आत येतात. सेवा मोठा दिवा लावते.
नाथ सोफात बसतात. थकलेले. उदास.
आता लॅचच्या दारावाटे जयप्रकाश आत येतो. दार हलके लावून घेतो.
थकल्या अस्वस्थ नाथांकडे सेवा आणि जयप्रकाश पाहत आहेत. असाच किंचित्काळ जातो.]

सेवा : पाणी आणून देऊ?

नाथ : नको.

जयप्रकाश : कॉफी करून देऊ, भाई?

नाथ : नको. काही जरूर नाही.

सेवा : (नाथला) पडतोस का जरा?

जयप्रकाश : डोकं चेपून देतो हवं तर, भाई. बरं वाटेल—

नाथ : मला काही होतंय असं वाटतंय की काय तुम्हाला? अरे मला काही होत नाही, आय ॲम फाईन. आल्याबरोबर लगेच कपडे बदलण्याऐवजी जरा बसलो इतकंच.

जयप्रकाश : तुमची आवडती रविशंकरची रेकॉर्ड लावू?

नाथ : प्रकाशबाबू, आज अंमळ जरा जास्तच पितृभक्ती चालली आहे!

जयप्रकाश : तसं नव्हे, विचारलं आपलं...

सेवा : (प्रयत्नपूर्वक नाथना) चांगलं बोललास तू चर्चेत. नाही रे प्रकाश?

जयप्रकाश : सगळ्यात मुद्देसूद आणि मोजकं भाषण भाईचंच झालं असं लोक म्हणत होते. .

नाथ : खोटं बोलण्याची चढाओढ लागली आहे!

जयप्रकाश : मुळीच नाही—

नाथ : मी बोलतो ते मी ऐकत नसतो असं वाटतं की काय तुम्हाला? फार भिकार बोललो मी. भोंगळ. गुळमुळीत. पसरट. शब्दांना जणू अर्थ नव्हता.

सेवा : आम्हाला तुझं भाषण चांगलं वाटलं.

नाथ : तुझा स्वभाव सोडून माझी खुशमस्करी करण्याची वेळ तुझ्यावर आली, सेवा! वास्तविक तुलाही ठाऊक आहे की तो सगळाच माझ्या वाणीवर बलात्कार होता.

सेवा : तशी त्या पुस्तकाबद्दलची मतंच तू बोललास—

नाथ : माझी त्या पुस्तकाबद्दलची मतं फार वाईट आहेत, सेवा.

सेवा : वाचून झाल्यावर त्या दिवशी तूच तर—

नाथ : तेव्हा मी मूर्ख होतो, अज्ञानात होतो, आज नाही. ते पुस्तक म्हणजे कादंबरी नव्हे, ती एक आत्मकथा आहे. वास्तवातल्या एका माणसाचं आणि त्याच्या जगण्याचं ते चित्र आहे. आणि ते सत्याला धरून असण्याची जबाबदारी त्याच्यावर आहे. परंतु ते धादांत असत्य आहे, एक ढोंग आहे. एक हुशार आणि कलात्मक ढोंग आहे. त्यातला माणूस खोटा आहे, त्याची मूल्यं तकलूपी आहेत. ती एक सुंदर कादंबरी आहे सेवा, आणि म्हणून फार धोकेबाज आहे. कारण त्या ढोंगातून एका संधिसाधूची निर्मिती होते आहे. या संधिसाधूमध्ये सैतानाची बीजं आहेत. त्या पुस्तकाचं आत्मकथा हे लेबल फाडून तिथं वास्तवाचा आधार घेणारी कपोलकल्पित कादंबरी असं लेबल लावलं पाहिजे! (उसासा.) नाही, सर्वच दलित असे नसतील— नसतीलच. ते वेदना जाणतात. माणसात येण्यासाठी प्रचंड किंमत चुकवली आहे त्यांनी. स्वतःची वेदना त्यांना कळते तशी दुसऱ्याची वेदना नक्कीच कळत असणार. (बेचैन. फेऱ्या घालताहेत. मुद्रेवर वेदना.) आज आपली ज्योत्या जास्तच खंगलेली दिसली, नाही सेवा? जरा उशिरा ती मागे येऊन बसली तेव्हाच व्यासपीठावरून मी तिला पाहिली आणि वाटलं, उठून म्हणावं, ज्योत्या, बेटा काय ग ही तुझी तब्येत! (लगेच या भावविवशतेतून बाहेर येत) त्या पोरीच्या चेहऱ्यावर मला माझ्या भाषणाचा पोकळपणा अनुभवता येत होता. अकरा बारा वर्षांची झाली तेव्हापासून ज्योत्या आमच्या वक्तृत्वाचा

हक्काचा टीकाकार. घरी आलो रे आलो की वाट पाहत असायची. म्हणायची भाई, बेकार बोललात. असं पुन्हा बोलू नका. आवडलं असलं तर आनंद आणि अभिमान नुसता ओतू जात असायचा बाईसाहेबांच्या तोंडावर. आज तीच ज्योत्या असती तर...(पुढे बोलत नाहीत.) माझ्या आजच्या खोटार्डेपणानं माझ्या ज्योत्याचं जगणं जरा तरी सुसह्य होईल. होईल ना सेवा?

सेवा : (गंभीरपणे) माझं ऐकलंस; तुझं कसं उतराई व्हावं कळत नाही.

नाथ : अग चल! तुझ्यासाठी केलंच नाही मुळी मी ते. मी आमच्या निर्मळ आणि जिद्दी पोरीसाठी ते केलं. आणि तिनं माझ्यासाठी स्वतःच्या आयुष्याचं केलं त्या मानानं मी केलं ते काहीच नाही.

सेवा : तिनं तिच्या इच्छेनं सर्व केलं. उगीच स्वतःकडे सगळं ओढू नकोस.

नाथ : नो! कुणी सांगावं, तिची ती कदाचित वेळीच मागे फिरली असती. ती इम्पल्सिव्ह असली तरी उथळ नाही. आम्ही आमची सामाजिक बांधिलकी इरेला टाकली आणि म्हटलं भले बहाद्दर! होऊन जाऊ दे. हा एक क्रांतीकारक प्रयोग आहे! तिची परतीची वाटच मी बंद केली. आता चांगलं लक्षात येतं ते माझ्या.

सेवा : हे बघ, तिच्या जिद्दीनंच तिनं ते लग्न केलं. तू काही म्हणाला नसतास तरी तिनं ते केलंच असतं.

नाथ : तरी तू इशारे देत होतीस! पण मला कुठले ऐकू यायला? जातीवाद आणि वर्णभेद गाडून टाकायला निघालो होतो! परिणामी आमच्या ज्योत्याला दुःखाच्या खाईत—

जयप्रकाश : प्लीज! भाई, असं बोलायलाचं हवं का?

नाथ : हो. कधीतरी आत्मपरीक्षण व्हायलाच हवं. त्याचा उपयोग नसला तरी.

सेवा : हे बघ, फार त्रास होतोय तुला—

नाथ : नॉट ॲट ऑल.

सेवा : आधीच फार ताण आहे तुझ्या मनावर—

नाथ : कल्पना आहे तुझी! मला तू इतका हळवा समजतेस की काय? राजकारणानं पुरतं निबर बनवून टाकलंय आम्हाला.

जयप्रकाश : तुमच्या आवाजात आज प्रचंड थकवा जाणवत होता, भाई—

नाथ : चुकतोस तू. तो अरुण आठवलेच्या मास्टरपीसबद्दलचा गहिवर होता.

मुद्दामच मी तो आणला होता. सुंदर सुंदर शब्द शोधून त्यांचे खून करत होतो. थोरामोठ्यांच्या उक्ती घेऊन त्या मोडून तोडून टाकत होतो. बायरन आणि कुसुमाग्रज आमचे आवडते कवी. त्यांच्या देखील लीलेनं माना मुरगाळल्या. खांडेकरांच्या भाबड्या ध्येयवादानं एके काळी आम्ही केवढे भारावलो होतो. आज भाऊसाहेब कुठं असतील तिथं त्यांना बऱ्यापैकी यातना झाल्या असतील. आज त्यांनाही मी वापरलं. का सांग. ही पापं मी का केली? माझ्या सोन्यासारख्या पोरीसाठी. अश्राप पोरीसाठी. बिचारीचा गुन्हा असला तर एकच. बापाच्या शहाणपणावर तिनं फार विश्वास ठेवला. बापाचे संस्कार घेतले. बापाच्या मानवतावादाचा आणि उदारमतवादाचा वसा तिनं घेतला. प्रकाशबाबू, आत तुम्ही एकच करा. पहिली गोष्ट करा, बापाला नाकारा. त्याचा भाबडेपणा, भोटपणा, नीट पहायला शिका. त्याच्या भरवशावर राहू नका, तुम्हीसुद्धा खड्डयात जाल

सेवा : (अडवीत) काहीतरी बोलू नकोस. तुला फार त्रास झाला आहे. आत पड चल. मी तुझ्यापाशी बसते. नाहीतर मी स्वयंपाकाला लागते, तू तिथं बसून माझ्याशी बोल.

नाथ : जा तू. तुला कुणी अडवलं? जा तू पक्या, तुझ्या कामांना लाग. मी राहीन की एकटा.

जयप्रकाश : मला तुम्ही बरे वाटत नाही, भाई— तुमचं फार काही बिनसलंय—

नाथ : बिनसलंय ते गाढवा, राष्ट्राचं. राजकारण्यांचं काय बिनसत असतं? ते नुसतेच बुद्धिबळपटू असतात. मरतात ती प्यादी, आम्ही नव्हंत.

सेवा : (नाथांकडे जाऊन त्यांना स्पर्श करीत) आत चल— ऊठ—

नाथ : अरे पण खरंच मला काही—

सेवा : (जवळ जवळ सक्तीने त्यांना उठवीत) मी कधी तुला ऑर्डर करते का? प्लीज.

[नाथ 'कमाल आहे बुवा' पुटपुटत उठतात.
सेवाबरोबर आत जातात.
एकटा जयप्रकाश दिवाणखान्यात विचारात आहे.
मग तो एक पुस्तक घेतो. आडवळून वाचतो आहे.
दाराची बेल वाजते.
जयप्रकाश वाचनात गढलेला.

या आवाजाने दचकतो.
मग जाऊन लॅचचे दार उघडतो.
दारात ज्योती. महिने गेलेली— सुकलेली.]

जयप्रकाश : (स्तिमित) ज्यो?
[ज्योती आत येते. दार लावून घेते.]

ज्योती : भाई काय करताहेत?

जयप्रकाश : आत आहेत. मां आहे त्यांच्याजवळ.

ज्योती : का? बरं नाही त्यांना?

जयप्रकाश : नाही, तसं बरं आहे. डिस्टर्ब्ड आहेत जरा. पण तू कशी?

ज्योती : अशीच. भाईंशी बोलायचं होतं मला. सभेच्या ठिकाणी शक्य नव्हतं; म्हणून घरी आले.

जयप्रकाश : इतक्या रात्री!

ज्योती : भाई जागे आहेत ना?

जयप्रकाश : कल्पना नाही. जाऊन बघ ना.

ज्योती : (जरा विचार करून) नको. जागे असले तर सांग, मी आले आहे आणि मला त्यांच्याशी जरा बोलायचं आहे. (जागा शोधून बसते.)

जयप्रकाश : (तिच्या वागण्यातला औपचारिकपणा जाणवून) 'मां'ला सांगू ना तू आल्याचं?

ज्योती : हो. पण मला बोलायचं आहे भाईंशी.
[जयप्रकाश आत जातो. तो अजून आश्चर्यात.
ज्योती बसून राहते. जणू हे घर कुणाचे तरी उपरे घर आहे.
फोन वाजू लागतो.
फोन वाजत राहतो.
आतून सेवा येते.]

सेवा : (रिसीव्हर घेत आणि ज्योतीची प्रकृती एकदा आपादमस्तक पाहत) का ग? आत नाही यायचं?
[ज्योती उत्तर करीत नाही. सेवा फोन घेते.]

सेवा : (फोनवर) हॅलो— कोण? मधू? सेवा बोलतेय. भाई? झोपलाय जरा तो. बरं नाही. नाही, तसं विशेष काही नाही. किरकोळ. उठल्यावर सांगू फोन करायला? बरं. सांगेन त्याला. (रिसीव्हर ठेवते.)

ज्योती : (उठत) मी निघते—

सेवा : (आश्चर्याने) का ग ? आलीस काय, निघालीस काय—

ज्योती : (दरवाज्याकडे जात) भाईंना म्हणावं मी पुन्हा फोन करून येईन—

सेवा : (चकित) ज्योती ! हे काय चालवलंयस काय तू ?

ज्योती : मला भाईंशी बोलायचं होतं.

सेवा : येतायत ते, निघालीस कुठं? जेवायचंही तयार आहे.

[ज्योतीची प्रतिक्रिया नाही. ती अवघडून उभी.]

जेवून जा, तुझी हरकत नसली तर !

[नाथ आतून येतात.]

नाथ : (ज्योतीला पाहून प्रेमभराने तिच्याकडे जात.) ज्योत्या ! तू आलास ! आणि दरवाजाशी का उभी तू? ये, अशी इकडे. बैस. (तिला आणून बसवतात सोफात.) अशी एकदम कशी आलीस सांग तू? पण आलीस हे मात्र फार छान झालं. विचार सेवाला, तुझी आठवण मी मघाशीच काढली होती. लहानपणची तू, माझ्या भाषणाची टीकाकार. बाकी ज्योत्या, मला तुझी मनापासून आणि सपशेल क्षमा मागायची आहे. आज तुला माझं एक अगदी रद्दी भाषण ऐकायला लागलं. काही कारणानं त्या भाषणात जानच नव्हता बघ. फार वाईट, फार लज्जास्पद परफॉर्मन्स होता आजचा माझा. बऱ्याच दिवसांनी तू समोर आणि मी भाषण करणार असा योग आला, पण माझं दुर्भाग्य. मी बरं बोलू शकलो नाही. तू आज नक्कीच म्हणाली असशील, कसला हा आपला बाप !

ज्योती : (अस्वस्थपणे, कोरडेपणे) मला तुमच्याशी थोडं बोलायचं होतं.

नाथ : आणि नेहमीप्रमाणे मीच बडबडत राहिलो! जित्याची खोड, मेल्याशिवाय जायची नाही. सेवा, जेवण तयार आहे ना? (ज्योतीला) मग आपण डायनिंग टेबलवरच बोलू या का? तोंडात घास असला की मी कमी बोलतो!

ज्योती : (त्यांच्या तुलनेने ही फार थंड) नको. असंच बोलू या. इथंच ठीक आहे. (सेवाकडे पाहते.)

सेवा : माझ्या उपस्थितीचा त्रास होणार आहे वाटतं !

ज्योती : (कोरडेपणाने) नसलीस तर बरं.

[सेवा फणकाऱ्याने आत निघून जाते. नाथांना ज्योतीच्या वागण्यातला

कोरडेपणा आता चांगलाच जाणवतो आहे.]

नाथ : बोल.

ज्योती : (नजरेला नजर देणे टाळते आहे. मग एकदम त्यांच्याकडे थेट पाहत) आजच्या सभेला तुम्ही का आलात?

नाथ : (प्रश्नाच्या अनपेक्षितपणाने थोडे गांगरून) मी? का बुवा? आम्हाला निमंत्रण होतं. नाव होतं आमचं पेपरात, पोस्टर्सवर.

ज्योती : तुम्ही भाषण का केलंत?

नाथ : (अस्वस्थ होत) भाषण करण्यासाठीच आम्ही मंडळी सभांना जात असतो. 'आम्हाला वगळा गतप्रभ जणू होतील'—

ज्योती : खोटं!

नाथ : काय खोटं? अग मी भाषण करण्याचं ठरलं होतं. अध्यक्ष होतो ना मी आजच्या चर्चेचा.

ज्योती : तुम्ही अरुणच्या पुस्तकावर का बोल्लात?

नाथ : म्हणजे वाईट बोललो— भाषण वाईट केलं— म्हणून म्हणतेस तू! पण पुस्तक मला आवडलं होतं.

ज्योती : भाई, माझ्याशी खोटं बोलू नका. तुम्ही अरुणच्या पुस्तकावर का बोललात?

नाथ : (खोटे बोलण्याचे ठरवून) कारण मला त्याचं पुस्तक ग्रेट वाटलं होतं. आईला विचार तुझ्या—

ज्योती : (आवाजात एक धार आली आहे) नाही, तुम्ही खोटं बोलता!

नाथ : (आता केविलवाणे) खरंच नाही. पक्याला विचार. इतकं कशाला, वसंताला फोन कर इथून—

ज्योती : कुणाच्या साक्षी काढण्याची गरज नाही. तुम्ही खोटं बोलता. ते पुस्तक तुम्हाला आवडलेलं नाही.

नाथ : (काहीसे सभय पण तरी जोरात) कशावरून म्हणतेस?

ज्योती : आवडलेल्या पुस्तकावर कुणी असं बोलतं?

नाथ : मी म्हणालो तुला, आज भट्टी जमली नाही—

ज्योती : टाळाटाळ करून वेळ मारून न्यायला बघता आहात तुम्ही. तुम्ही आजच्या चर्चेत भाग घेण्याचं कारण वेगळं आहे.

नाथ : हो, म्हणजे अरुणराव इथं आले होतेच—तुला म्हणालेच असतील ते—

ज्योती : अरुण माझा जास्त छळ करील या भीतीनं तुम्ही आज चर्चेला आलात आणि भाषण केलंत!

नाथ : (कुंठित. तरीही) वेल, ते कन्सिडरेशन त्यात नव्हतंच— असं...म्हणता येणार नाही—

ज्योती : (जळजळीत स्वरात) तेवढंच कन्सिडरेशन होतं, दुसरं कसलंही नव्हतं. तुमचं आजचं भाषण नुसतं रद्दी नव्हतं, भाडोत्री होतं. भाड्यानं चर्चेला आलात तुम्ही. भाड्यानं स्तुती केलीत.

नाथ : (समजावू जात) ज्योती—

ज्योती : मी भले मेले असते छळानं. काय म्हणून तुम्ही ते भाषण केलंत? काय म्हणून माझ्यावर उपकार केलेत?

नाथ : उपकार कसले वेडे, एका घरातली माणसं आपण—

ज्योती : नाही, मी या घरातली नाही.

नाथ : अग रागाच्या भरात आपण किती म्हटलं तरी—

ज्योती : (कर्कशपणे) मी या घरातली नाही, मी तुम्हा कुणाची कुणी नव्हे. पुन्हा ते बोलू नका.

नाथ : (खेळकरपणाचा केविलवाणा प्रयत्न करीत) मग तू कुणाची आहेस?

ज्योती : तुम्हाला आहे ठाऊक मी कुणाची आहे ती. तुम्हाला नको असलेल्याची मी आहे. तुम्हाला जो अस्पृश्य वाटतो. त्याची मी आहे. ज्याचा तुमच्या सोवळ्या मनांना विटाळ होतो, त्याची मी आहे.

नाथ : तुझा गैरसमज झालाय ज्योती—

ज्योती : आणखी खोटं नका बोलू, प्लीज!

नाथ : (कोंडीत सापडलेले. तरी) कशावरून म्हणतेस तू की तो आम्हाला नकोय म्हणून? या घरात नेहमीच त्याचं स्वागत झालं—एक कवी आणि लेखक म्हणून आम्हाला त्याच्याविषयी आदरच आहे—

ज्योती : दिसला तो आज तुमच्या भाडोत्री भाषणात! खोटाड्या भाषणात!मला कळत होतं तुम्हाला खरं काय म्हणायचं होतं ते. मला ऐकू येत होते तुम्ही बोलत नव्हतात ते शब्द. मी पाहत होते तुम्ही त्याच्याकडे वेळोवेळी टाकत होतात ते कटाक्ष, त्यातलं जहर. सभा संपल्यावर त्यानं तुमच्याशी बोलण्याचा प्रयत्न केला तेव्हा तुमच्या आदरस्थानाला थंडपणे डावलून तुम्ही कसे निघून गेलात हे मी पाहिलंय! भाई, तुम्ही मला यानंतर फसवू

शकत नाही. अरुणबद्दल तुमच्या मनात केवळ तिरस्कारच आहे, दुसरं काही नाही.

नाथ : (खालचा, समजावणीचा सूर) चुकतेस तू. अरुणबद्दल नव्हे, त्याच्यातल्या काही-

ज्योती : प्रवृत्तींबद्दल! हे तुमच्याकडून ऐकतच लहानाची मोठी झाले मी. माणसाबद्दल नाही, त्याच्या प्रवृत्तींबद्दल. मुळात माणूस वाईट नाही, तो चांगलाच आहे. वाईट असतात त्याच्यातल्या प्रवृत्ती, त्या बदलल्या पाहिजेत, त्यांचा बीमोड केला पाहिजे की पृथ्वीवर नंदनवन आलंच समजा. माणसातलं देवत्व जागवलं पाहिजे! धूर्त बकवास सगळा! वास्तविक तुम्हालाही माहीत होतं की माणूस आणि त्याच्यातल्या प्रवृत्ती या दोन वेगवेगळ्या गोष्टी असूच शकत नाहीत. हे सगळं एक आहे, एकसंध आहे आणि तसंच ते पत्करलं नाही तर अव्हेरलं पाहिजे आणि काही वेळा तोही चॉइस तुम्हाला नसतो. माणसातलं पशुत्व झोपवून देवत्व जागवणं ही एक आचरट कल्पना आहे. हे सगळं कळायला तुमच्यामुळे मला वीस वर्षं थांबावं लागलं. माझं मला अनुभव घेऊन शिकावं लागलं. अरुण आठवले नावाचा माणूस मला भेटावा लागला. जे तुम्ही माझ्यापासून लपवलंत ते अरुण आठवलेनं मला दिलं. त्याचे माझ्यावर प्रचंड उपकार आहेत.

नाथ : हे बघ, हा विषय असा बोलण्यासारखा नाही, यावर विस्तारानं आणि शांतपणानंच—

ज्योती : तुम्ही बसा बोलत आणि विचार करीत शांतपणानं. मला वेळ नाही. शांतपणाही नाही. माझी लढाई लढायला मला परत जायचंय. रात्री दारूच्या नशेत अरुण माझ्या समोर उभा राहतो तेव्हा तुम्ही या पाहायला हिंमत असली तर. त्याच्या डोळ्यांत श्वापद असतं, ओठात असतं, चेहऱ्यावर असतं. गात्रागात्रात अरुण श्वापद असतो, श्वापदाची प्रवृत्ती त्याच्या बाजूला उभी नसते. सुरुवातीला मी खुळ्यासारखी प्रवृत्तींपासून वेगळा अरुण शोधू पाहायची, त्याचा ध्यास घ्यायची, त्याला बिलगू बघायची. अनुभवानं कळलं की असं काही नसतंच. श्वापदही अरुण असतो आणि प्रियकरही अरुण असतो. राक्षस अरुण असतो आणि कवीही अरुण असतो. आणि हे सर्व एकसंध, एक असतं. एकात एक असतं.

इतकं एकात एक की कुठला राक्षस आणि कुठला प्रियकर हेही काही वेळा कळू नये. प्रेमाच्या भरात असता गलिच्छ शिवी मिळावी आणि मार खाता खाता हळव्या, उत्कट चुंबनांचा वर्षाव घडावा; भयानक विटंबनेनंतर थकून झोपावं आणि उठून कामाला लागत ना ठणकणाऱ्या वेदनेनं ओथंबणाऱ्या अपुऱ्या कवितेच्या चार सुंदर ओळी हाती याव्यात; या सुंदर ओळींच्या प्रेमात नव्यानं पडावं आणि कुठल्या तरी प्रामाणिक हितचिंतकाला कशी टोपी घालावी याच्या नीच, धूर्त योजनांनी कान भरावेत— हे सगळं एका माणसात, एका वेळी! कुठल्या पशुत्वाचा बीमोड करू आणि कुठलं देवत्व जागवू, सांगा मला! हा सगळा मिळून एक अरुण आहे आणि आहे असाच मला त्याला पत्करायचा आहे, कारण मी त्याला अव्हेरू शकत नाही—

नाथ : काय म्हणून? तशीच वेळ आली तर मी तुझ्या पाठीशी राहीन-

ज्योती : तशी वेळ येऊच शकत नाही भाई, कारण लढाईतून पळायचं नाही असं तुम्हीच आम्हाला कानीकपाळी शिकवलंत! परिस्थितीला पाठ दाखवणं हा भ्याडपणा आहे हे टाळीचं वाक्य तुम्हीच नेहमी म्हणत आलात आणि आम्ही 'केवढा आमचा बाप ग्रेट' असं म्हणत त्यावर टाळ्या पिटल्या. 'अनंत अमुची ध्येयासक्ती, अनंत अन् आशा, किनारा तुला पामराला' या कविता तुम्हीच ना आमच्याकडून घोकून घेतल्या? हे ड्रग भाई, आमच्या रक्ताच्या थेंबाथेंबात भिनलं आहे. आमच्या जाणिवा त्यानं पार बथ्थड करून टाकल्या आहेत. आम्ही पळू शकत नाही. पळून जीव वाचवणं शहाणपणाचं असलं, हे शहाणपण इतर सर्रास आचरणात आणत असले, नव्हे, हाच व्यवहार झाला असला, तरी आम्ही 'पुढेच सैनिका पुढेच जायचे' म्हणत राहणार. प्रयोगावारी मरणार. आणि भाई, तुम्ही माणसातलं देवत्व जागवत सुखरूप जगणार, भाई!

नाथ : (कळवळून) ज्योत्या! काय म्हणतेस हे—

ज्योती : हेच खरं आहे आणि हे तुमच्याशिवाय कुणाला ऐकवणार मी? म्हणून आले. (उठत) निघते मी.

नाथ : प्लीज थांब— अशी जाऊ नकोस— आपण विचार करू—

ज्योती : विचार तुम्ही करा, मला विचार बंद करून जगायला शिकायला हवं. फार विचार करते. फार त्रास होतो. माराचा नाही, आता विचाराचाच

त्रास होतो. जास्त सहन होणार नाही. भाई, माफ करा. वाटेल ते बोलले. पण आजचा तुमचा खोटेपणा पाहताना प्रचंड चीड आली. वाटलं, मग या माणसानं आम्हालाच भलेपणाचं, खरेपणाचं ड्रग रोज उठून का टोचलं? हा सगळ्या पेचातून सुटून जगू शकतो तर आमच्याच वाटा यानं बंद का केल्या? कधी तरी पाहिलेलं एक दृश्य मी कधी विसरले नाही. एका माणसानं एक दिवशी शाळेच्या रस्त्याकडेला एका कावडीच्या दोन बंद टोपल्या उघडल्या होत्या आणि त्यातून लटपटत, हेलपाटत माणसासारखे दिसणारे दोन आटीव, सुरकुतल्या कुडीचे विलक्षण प्राणी बाहेर आले होते. कुणी तरी म्हणालं, हे लोक लहान मुलं पकडून त्यांना मुद्दाम खुरटवून हे असं बनवतात! भाई मी तुम्हाला फार कठोर बोलते आहे, माफ करा. पण तुम्ही आम्हाला— (पुढचे बोलणे अशक्य होते.)

[सुन्न नाथ.
ज्योती दाराकडे निघते.]

नाथ : (केविलवाणे) परत येशील ना ज्योती?

ज्योती : (निश्चयाने) नाही. इथं आले की माझं जग मला नकोसं होतं. उशिरा का होईना, दिसलेल्या सत्याकडे डोळेझाक करून मी पुन्हा छान आंधळी होऊ पाहते. आणि मला त्याच माझ्या जगात यानंतर जगायचं आहे. (किंचित थांबून) मरायचं आहे. मांला सांगा सॉरी म्हणून. तिला म्हणावं तुम्ही कुणीही यानंतर माझ्याकडे यायचं नाही— माझी आज्ञा आहे ही—

नाथ : तुझं बाळंतपण—

ज्योती : (कठोर सूर) त्यासाठी नवरा आहे माझा. मी अजून विधवा झाले नाही. आणि झाले तरी तुमच्या आश्रयाला खात्रीनं येणार नाही. मी ज्योती यदुनाथ देवळालीकर नाही, ज्योती अरुण आठवले, एक महारीण आहे! दलित शब्द मी वापरत नाही कारण मला तो आवडत नाही. मी दलित नाही, मी महारीण आहे! महाराणी असते तशी मी महारीण आहे! मला शिवू नका. माझ्या सावलीला येऊ नका. नाहीतर माझ्या धगीनं तुमची सगळी सुखासीन मूल्यं करपून जातील!

[ज्योती निघून जाते. लॅचचे दार धप्पदिशी बंद होते— नाथांचे हृदय बंद पडावे तसे.
पूर्ण स्तब्धता. ज्योती गेली तिकडे नाथ सुन्न पाहत आहेत.

भोवती एक रौद्र पार्श्वसंगीत वाढू लागते.
मोठेमाठे इमले कोसळल्याचे आवाज सुरू होतात.
नाथांच्या माथ्यावरचा प्रकाश मालवतो. नाथ प्रकाश शोधीत पलीकडे सरकतात. कोसळण्याचे आणखी आवाज. अधिक हादरवणारे.
माथ्यावरचा हाही प्रकाश विझतो.
नाथ उरलेल्या प्रकाशाखाली पोचतात.
भोवती सर्व कोसळत आहे.
अखेरचा प्रकाश विझतो, येतो, विझतो, येतो.नाथ खचून खुर्चीत बसतात.
कुडी आक्रसून घेतात.
कोसळण्याचे आवाज प्रचंड वाढले आहेत.]

[क्रमाने पडदा.]